ஹைக்கூ தூண்டிலில் ஜென்

கவிஞர் பிருந்தா சாரதியின்
ஹைக்கூ கவிதைகளை முன் வைத்து

கோ.லீலா

படைப்பு பதிப்பகம்
#8, மதுரை வீரன் நகர்
கூத்தப்பாக்கம்
கடலூர் - தமிழ்நாடு
607 002
94893 75575

நூல் பெயர்	:	ஹைக்கூ தூண்டிலில் ஜென் (கட்டுரைகள்)
ஆசிரியர்	:	கோ.லீலா
பதிப்பு	:	முதற்பதிப்பு 2020
பக்கங்கள்	:	182
வடிவமைப்பு	:	முகம்மது புலவர் மீரான்
அட்டைப்படம்	:	ரவி பேலட்
வெளியீட்டகம்	:	இலக்கிய படைப்பு குழுமம்
அச்சிடல்	:	படைப்பு மீடியா நெட்வொர்க்ஸ், சென்னை
வெளியீடு	:	படைப்பு பதிப்பகம்
பதிப்பாளர்	:	ஜின்னா அஸ்மி
விலை	:	ரூ 150

Title	:	Haikoo Thoondilil Zen (Article)
Author	:	G.Leela
Edition	:	First Edition - 2020
Pages	:	182
Printed by	:	Padaippu Media Networks, Chennai
Publishing Agency	:	Ilakkiya Padaippu Kuzhumam
Published by	:	Padaippu Pathippagam
Website	:	www.padaippu.com
E-mail	:	admin@padaippu.com
ISBN	:	978-81-949518-4-1
Price	:	₹ 150

சமர்ப்பணம்

ஹைக்கூ பிதாமகன்
பாஷோவிற்கு

ஹைக்கூ தூண்டிலில் ஜென் / கோ.லீலா

பதிப்புரை

ஜின்னா அஸ்மி, பதிப்பாளர்

ஜென் (Zen) தத்துவத்தை விளக்குவதற்கும், இயற்கையைப் போற்றுவதற்கும் பயன்பட்ட ஜப்பானிய ஹைக்கூ வகைமை, ஆதி மொழியான தமிழுக்கு வரும்போது படிமம், குறியீடு, தொன்மம், முரண், அங்கதம், விடுகதை, பழமொழி, வினாவிடை, உவமை, உருவகம் எனப் பல்வேறு உத்திமுறைகளில் தனது சிறகுகளை விரிக்கிறது. சுவை, ஒளி, ஊறு, ஓசை, வாசம் எனும் ஐம்புல உணர்வுகளையும் அனுபவித்தவாறே வெளியிடுகின்ற உணர்ச்சி வெளிப்பாடான படிமத்தையும், 'ஒப்புறவாலும் ஒட்டுறவாலும் மற்றொன்றைக் குறிப்பாக உணர்த்தும் பொருள்' எனப்படுகின்ற குறியீட்டையும் துளிப்பாவில் உட்புகுத்தியதே தமிழின் பெருமையும், கவிஞர் பிருந்தா சாரதியின் தனித்துவமும். அப்படிப்பட்ட தனித்துவமான துளிப்பாக்களையெல்லாம் ஆய்வு செய்து, ஆன்மத்தளத்திலிருந்து அறிவுத்தளத்திற்கு மாற்றியதே படைப்பாளி லீலாவின் சாதனை. மூன்று மூன்று வரிகளில் ஒளிந்திருக்கும் துளிப்பாக்களின் தூரிகைகளை, முப்பரிமாண ஒளிப்படவியலாய் பிரதிபலிக்கச்செய்து விரிவானதகவல்களுடன் இருபது கட்டுரைகளாக விளக்கப்பட்டிருப்பதே 'ஹைக்கூ தூண்டிலில் ஜென்' தொகுப்பு. எல்லோரும் எளிதாகப் புரிந்துகொள்ளும்வகையில் ஹைக்கூ மற்றும் ஜென் பற்றிய தேடலுக்கு வழிகாட்டியாக இருப்பதும், சுமார் ஐம்பது ஜப்பானிய ஹைக்கூக்களை மொழிபெயர்ப்பு செய்து தந்திருப்பதும் இந்நூலின் பலம்.

திருக்குவளையை பூர்வீகமாகவும், தஞ்சையை வாழ்விடமாகவும், பொள்ளாச்சியை வசிப்பிடமாகவும் கொண்ட, அரசு பொதுப்பணித் துறையில் நீர்வள ஆதார அமைப்பின் உதவி செயற்பொறியாளர் படைப்பாளி கோ.லீலா அவர்களுக்கு இது, இரண்டாவது நூல். இவரது கட்டுரைகள் மற்றும் கவிதைகள் பல பிரபல பத்திரிகைகள், இதழ்களில் பிரசுரமாகி இருக்கின்றன. மேலும் படைப்புக் குழுமத்தால் வழங்கப்படும் மாதாந்திர சிறந்த படைப்பாளி என்ற தனித்துவமான அங்கீகாரத்தையும் பெற்றவர். படைப்பு பதிப்பகம் வெளியிட்ட இவரது முதல் நூலான 'மறைநீர்', எண்ணற்ற விருதுகளைப் பெற்றிருப்பதுடன் கடந்த இருபது ஆண்டுகளில் வெளிவந்த சிறந்த பத்து நூல்களில் ஒன்றாக இந்நூல், விகடன் தேர்வு செய்து பெருமைப்படுத்தியது குறிப்பிடத்தக்கது.

எமது படைப்பு பதிப்பகத்தின் மூலமாகத் தனது கட்டுரைத் தொகுப்பை வெளியிட முன்வந்த படைப்பாளி கோ.லீலா அவர்களுக்கும், தனது துளிப்பாக்களை ஆய்வு செய்ய ஒப்புதல் அளித்த கவிஞர் பிருந்தா சாரதி அவர்களுக்கும், அணிந்துரை வழங்கிய கவிஞர் ஈரோடு தமிழன்பன் அவர்களுக்கும், மதிப்புரை வழங்கிய பொறி. ஐயாத்துரை சாந்தன் அவர்களுக்கும், அட்டைப்படம் வடிவமைத்த ஓவியர் ரவி பேலட் அவர்களுக்கும், இந்த நூலை வடிவமைத்த படைப்பாளி முகம்மது புலவர் மீரான் அவர்களுக்கும் மற்றும் இந்நூல் வெளிவர உதவிய அனைவருக்கும் படைப்புக் குழுமம் தனது நன்றியைத் தெரிவித்துக் கொள்கிறது.

வளர்வோம்! வளர்ப்போம்!
படைப்புக் குழுமம்

நன்றியும், பேரன்பும்

ஆசிரியர், மரபுக் கவிஞர், கவியரங்கக் கவிஞர், புதுக்கவிதைக் கவிஞர், சிறுகதை ஆசிரியர், புதின ஆசிரியர், நாடக ஆசிரியர், சிறார் இலக்கியப் படைப்பாளி, வாழ்க்கை வரலாற்றாசிரியர், திறனாய்வாளர், கட்டுரையாளர், ஓவியர், சொற்பொழிவாளர், திரைப்பட இயக்குநர், திரைப்படப் பாடலாசிரியர் எனப் பன்முகப்பட்ட ஆளுமைகளைக் கொண்டிருப்பவர்.

கொக்கரக்கோ விருது - *1969,* தமிழக அரசின் கலைமாமணி விருது, சாகித்திய அகாதமி விருது *2004. ('*வணக்கம் வள்ளுவ*'* என்னும் கவிதைத் தொகுப்பிற்காக*),* எஸ்.பி. ஆதித்தானர் மூத்த தமிழ் அறிஞர் விருது *(2017),* ஹைக்கூ பிதாமகன் பாஷோ விருது *2020* ஆகிய விருதுகளை வென்றெடுத்திருந்தாலும், நல்ல படைப்புகளைப் பாராட்டி அதைப் படைக்கும் படைப்பாளிகளை ஊக்கப்படுத்துவதிலும் முதன்மையானவர், 'மகாகவி ஈரோடு தமிழன்பன்' என்ற பெயரில் விருது வழங்கப்படுகிறது என்பதும் குறிப்பிடத்தக்கது. இவ்வளவு பணிகளுக்கு இடையேயும் நேரம் ஒதுக்கி மிகக் குறுகியகாலத்தில் சிறப்பான அணிந்துரை வழங்கிச் சிறப்பித்த கவிஞர் ஈரோடு தமிழன்பன் அய்யா அவர்களுக்கும்,

எனது இரண்டாவது நூலிற்கும் பேரன்புடன் மதிப்புரை வழங்கிச் சிறப்பித்த பொறியாளர், இருமொழி எழுத்தாளர், மொறட்டுவ உயர்தொழில் நுட்பவியல் கழகத்தில் பயின்ற குடிசார் பொறியியலாளர், ஆங்கில இலக்கிய முதுகலைமாணி, சூழல் முகாமைத்துவ முதுவிஞ்ஞானமாணி. சிறந்த தொழில்நுட்பவியல் விரிவுரையாளர் மற்றும் ஆங்கில ஆசிரியர்,

இலங்கை சாகித்திய மண்டலப் பரிசு - ஒரே ஒரு ஊரிலே *– 1975,* முதல் பரிசு - இலங்கை-சோவியத் நட்புறவுக் கழக வெள்ளி விழா கட்டுரைப் போட்டி *– 1982, SriLankan State literary Award - In Their Own Worlds – 2000, Gratiaen (Short Listed) - The Whirlwind – 2010, Gratiaen (Short Listed) - Rails Run Parallel – 2014, Fairway Best Novel Award - Rails Run Parallel – 2015, Godage Best Novel Award - Rails Run Parallel – 2015,* சாகித்திய ஸ்ரீ விருது *- India Intercontinental Cultural Association XI International writers festivel at Udaipur (Rajasathan) -2016,* வாழ்நாள் சாதனையாளர் விருது *(*கொடகே தேசிய சாகித்திய விருது*, 2017), Premchand fellow of the Sahitya Akademi of India 2017* போன்ற விருதுகளை வென்றெடுத்திருந்தாலும்,

மிகவும் எளிமையானவர், தமிழ்மீதும், இலக்கியத்தின்மீதும் தீராத பற்றுடையவர், மக்கள்மீதும் சமூகத்தின்மீதும், அன்பும் அக்கறையும் கொண்டவர், காலத்தைக் கருத்தில்கொண்டு தன் நேரத்தை ஒதுக்கி மதிப்புரை வழங்கிச் சிறப்பித்த இலங்கையைச் சேர்ந்த திரு ஐயாத்துரை சாந்தன் அய்யா அவர்களுக்கும்,

இந்நூல் வெளிவர பெரிதும் ஊக்கமளித்த, தொடர்ந்து என் எழுத்துக்கு ஊக்கமளிக்கும் படைப்புக் குழுமத்திற்கும், அதன் நிர்வாகி கஸல் கவிஞர் ஜின்னா அஸ்மி, 'சொல் எனும் வெண்புறா' நூலாசிரியரும், அன்புத் தோழியுமான மதுரா, அன்பு அண்ணன் ரூபஸ்.வி. ஆண்டனி, இயன்முறை மருத்துவர், அன்புக்குரிய சகோதரர் கவிஞர் பிரபு.கே.சங்கர், அன்புத்தோழி அமுதா பழநி ஆகியோரின் தொடர் ஊக்கத்திற்கும் நன்றியும், பேரன்பும்.

என்றென்றும் என்னை ஆசீர்வதிக்கும் அன்பு அப்பா, காலஞ்சென்ற கோவிந்தராஜலு அவர்களுக்கும், எப்போதும் உறுதுணையாக தெம்பளிக்கும் அன்பு அம்மா சீதாலெட்சுமி அவர்களுக்கும், தனக்கான நேரத்தை எனக்களித்த செல்லமகள் அம்முவிற்கும் (லியா), பலநேரங்களில் ஏற்பட்ட சந்தேகங்களைத் தெளிவுசெய்த என் அன்புத்தம்பி வழக்கறிஞர் கோ.அண்ணாதுரை அவர்களுக்கும் என் பேரன்பும், நன்றியும்.

இந்நூலை சிறந்த முறையில், தரமான புத்தகமாக வெளியிடும் படைப்பு பதிப்பகத்திற்கும், அட்டைப்படத்தை அற்புதப் படைப்பாகத் தந்த ஓவியர் ரவி பேலட் அவர்களுக்கு நன்றியும், பேரன்பும்.

இத்தகைய நூல் ஒன்றினை எழுதுவதற்கு அடித்தளமாக அமைந்த ஹைக்கூவை எழுதிய கவிஞர் பிருந்தா சாரதி அவர்களுக்கு நன்றியும், பேரன்பும், வாழ்த்துகளும்.

தொடர் ஊக்கமளிக்கும் அனைத்து நெஞ்சங்களுக்கும் என் நன்றியையும், பேரன்பையும் சமர்ப்பிக்கிறேன்.

கோ.லீலா

அணிந்துரை

லீலா தரும் நுட்பத் தெறிப்புகள்

நம் தமிழ் மொழியில், ஹைக்கூக் கவிதைகளை நிலைநிறுத்தியவர்களில் பெண்களின் இடம் குறிப்பிடத்தக்கதென்றே நான் சொல்வேன்.

சென்னை இராணி மேரி கல்லூரிப் பேராசிரியர் தி.லீலாவதியின், 'இதுதான் ஹைக்கூ', கவிஞர் நிர்மலா சுரேஷின் ஹைக்கூ குறித்த முதல் முனைவர் பட்ட ஆய்வேடு, அண்ணாமலை பல்கலைப் பேராசிரியர் மித்ராவின், 'தமிழ் ஹைக்கூ: நேற்றும் இன்றும்' ஆகிய நூல்கள் இவ்வகையில் முன்னோடிகள் என்று சொல்லலாம்.

பிருந்தா சாரதியின் 'மீன்கள் உறங்கும் குளம்' என்னும் ஹைக்கூ நூலை முன்வைத்து, 'ஹைக்கூத் தூண்டிலில் ஜென்' என்னும் தலைப்பில், ஒரு நூலையே தந்திருக்கும் திருக்குவளை கோ.லீலா, மேற்குறித்த பட்டியலில் தகுதியோடு வந்து சேர்கிறார்.

பிருந்தா சாரதி, தமிழ் ஹைக்கூக் கவிஞர்களில் இரண்டாவது காலக்கட்டத்தின் முதல்வரிசைக் கவிஞர் என்று மதிக்கத்தக்க இடத்தில் இருப்பவர்.

அமுத பாரதி, அறிவுமதி, மு.முருகேஷ், மீனாசுந்தர், உதயக்கண்ணன், புதுவைத் தமிழ்மணி போன்றோர் முதல் காலகட்டத்தில் இருந்து இன்னும் இயங்கி வருபவர்கள்.

இந்நிலையில், கோ.லீலா அவர்கள் குற்ற நற்ற ஆய்வுகளில் இறங்காமல் கவனத்தோடு ஒரு பாராட்டுமுறைத் திறனாய்வை நிகழ்த்தியுள்ளார். இதன்பொருட்டு, ஹைக்கூவையும் ஜென்னையும் நூலின் தேவைக்கேற்ற அளவு கற்றிருப்பதை வரவேற்றுப் பாராட்ட வேண்டும்.

பொதுவாகவே ஹைக்கூவை, பெயர்ச்சொல் கவிதை என்று சொல்வதுண்டு. அச்சொல்லும் நேர்பொருளை உணர்த்தாமல் குறிப்புப் பொருள் உணர்த்தவே கவிதையில் வந்து நிற்கும்.

உய்த்தறியத் தூண்டுவதே கவிதையின் அலுவல்.

வடமொழியிலும் நேர்பொருளை அபிதா என்றும், ஆகுபெயரை லக்ஷணா என்றும் சொல்வர். ஆனந்தவர்மர் முற்றிலும் விலகிய மூன்றாவது ஆற்றலை வியந்து பேசினார்.

மொழியின் குறியீடு சார்ந்த அந்த ஆற்றலே தொனிப் பொருள் என்று போற்றப்படுகிறது. தமிழ் இலக்கணம் உள்ளுறை, இறைச்சி என்றெல்லாம் பேசுவதை வியக்காமல் இருக்கமுடியாது.

கவிதைகளுக்குள் இப்படிப் பயணிக்கும்போதுதான் அவை நிகழ்த்தும் அதிசயங்களில் நாம் அகமிழந்து போகிறோம்.

கலீல் ஜிப்ரான் சொல்கிறான்:

'ஒரு பனித்துளியைத்
தியானித்துக் கடலின்
மறைபொருள்களை எல்லாம்
கண்டறிந்தேன்'.

'I meditated upon
A dew drop and discovered the
secrets of the oceans'.

கோ.லீலாவுள்ளும் இப்படிச் செயற்படும் சித்தம் இருக்கிறது.

'உறங்குகிறான் வண்டியோட்டி
விழித்திருந்து வழிநடத்துகிறது
லாந்தர் விளக்கு'.

பிருந்தாவின் இக்கவிதைக்கு, முப்பரிமாணப் பார்வை கொண்டு லீலா தரும் நுட்பத் தெறிப்புகள் மிக அருமையானவை.

இக்கவிதையில், பிருந்தா நீள நீளமான வினை வடிவங்களைப் பயன்படுத்தியுள்ளார்.

உறங்குகிறான்
விழித்திருந்து
வழிநடத்துகிறது...

உறங்கும் என்பதே போதாதா? விழித்து என்பதே போதாதா? அவ்வாறே வழிநடத்தும் போதுமே என்று சொல்லத் தோன்றலாம்.

நீளும் பயணம் நெடுகிலும் வினைகள் உறங்கிவிட்டால் என்ன ஆவது என்கிற கவலையும் வழிநெடுகத் தொடர்கிறது.

ஒரு கவிதை காட்சிப்படிமமாக வார்த்தைகள் களைந்தும், கடந்தும் நமக்குள் வந்து இயங்குவதை கோ.லீலா அவர்கள் பதஞ்சலி மற்றும் ஸாஸென் தன்மைகளோடு எடுத்துக்காட்டியுள்ளார்.

இரவுநேரம் வண்டியோட்டி உறங்குகிறான். உறக்கம் இங்கு சூக்குமத்தின் விழிப்பு என்கிறார், லீலா. இங்கு லாந்தர் விளக்கு ஒரு குறியீடுதான் அல்லது உருவமுள்ள உண்மை (Physical truth). இது, அரூப உண்மையாக மாறும்போது கவிதை இயங்குதளம் மாறிவிடும்.

ஆயின் இத்தகைய விரிவாக்கவுரைகள் கவிதையைத் தாண்டி இப்படியெல்லாம் எங்கெங்கோ வாசகனை இட்டுச்செல்வது எந்தவகையில் கவிதை நியாயம் என்னும் வினாவை அவ்வளவு எளிதில் புறந்தள்ளிவிட முடியாது.

எளிமையாய், அழகாய், இதமாய் ஒரு அரும்பு மலர்வது போன்றும், ஒரு குழந்தை சிரிப்பது போன்றும், ஏதோ கவனத்தில் நாம் இருக்கும்போது நம்மை மெல்ல வருடிச்செல்லும் காற்றுப் போலவும் கவிதைகள் இல்லையா என்ன?

எனினும் நேர்பொருளாய்க் கவிதை தட்டைப் பரிமாணத்தில் இயங்குவதைக் கடக்கும்போதுதான், ஆழ்ந்திருக்கும் கவியுள்ளத்தின் அருகில் செல்லும் வாய்ப்பை வாசகன் பெறமுடியும் என்பது பாரதி கருத்து.

கவிதை எழுதுவதைவிட, அதைப் புரிந்துகொள்வதுதான் கடினமானது என்பான் உருதுக் கவிஞன் மிர்சா காலிப். காலிப், வாசகனின் செயற்பாங்கை ஒளிமிகுந்த பார்வையோடு வெளிப்படுத்தி வைத்துள்ளான் என்று ஆய்வாளர்கள் சொல்வதுண்டு.

கோ.லீலாவும், பிருந்தா சாரதி கவிதைகளில் இப்படி ஒரு வாசகராய்ப் பயணித்துத் தாம் கண்டதையும் கொண்டதையும் நமக்குப் பகிர்ந்தளித்துள்ளார்.

இன்னும் இத்தகைய பயணங்கள் தொடரவும் பயன்கள் விளையவும் கோ.லீலா இடமாக இருக்க நாம் வாழ்த்துவோம்.

எது கவிதை என்ற வினாவால் பலவற்றை விலக்கியுள்ளோம். அதே வினாவால் நாம் பலவற்றைச் சேர்த்தும் உள்ளோம்.

காலமும் கவிதைகளை வைத்து அஞ்சாங்கல் ஆடுகிறது. ஆடட்டுமே!

ஈரோடு தமிழன்பன்

மதிப்புரை

திறமை, உழைப்பு, ஆர்வம், தேடல் எல்லாவற்றினதும் மொத்த வடிவமாக அறியப்பட்டிருப்பவர் இந்நூல் ஆசிரியை, பொறியாளர் கோ.லீலா அவர்கள்.

அவரது ஆர்வங்கள் பொறியியல், சூழல் இலக்கியம் சார்ந்தவை என எண்ணிக் கொண்டிருந்தேன். ஆனால் அண்மைக்காலங்களில், முகநூலில் அவர் தொடராக எழுதிவந்து இப்போது நூலுருப் பெறும் 'ஹைக்கூ தூண்டிலில் ஜென்' என்ற தலைப்பிலான கட்டுரைகளைப் படித்தபோது வியப்பையும் மிஞ்சிய பிரமிப்பே ஏற்பட்டது.

எழுத்தாளர், திரைப்பட இயக்குநர், வசனகர்த்தா, கவிஞர் எனப் பன்முகப் பரிமாணம் கொண்டு விளங்கும் நாடறிந்த கவிஞர் பிருந்தா சாரதி அவர்களின் 'மீன்கள் உறங்கும் குளம்' கவிதை நூல் கொடுத்த ஈர்ப்பின் விளைவாய்க் கிளர்ந்த ஹைக்கூ மற்றும் ஜென் மீதான நாட்டம், லீலா அவர்களை புதிய தடமொன்றில் பயணிக்கவும் வைத்திருக்கிறது. பொறியாளருக்குத் தத்துவ நாட்டமா என்றால், ஜென் தத்துவமே அல்ல, அது ஓர் அநுபவம் என்று சொல்லிவிடுகிறார்.

இயற்கைபால் ஈடுபாடும், கலையுணர்வும் கொண்ட அவரை ஹைக்கூ ஈர்த்ததில் வியப்பில்லை. அதன்வழியே அவரது ஈடுபாடுகள் தொடர்ந்து விரிந்துள்ளமையும் எம்மால் புரிந்துகொள்ள முடிகிறது. அதன் விளைவுதான் அருமையான இந்த நூல்.

சமூகப் பொறுப்புணர்வை பிரதிபலிப்பவை அவர் படைப்புக்கள் என்பது, லீலா அவர்களுடைய இன்னொரு சிறப்பு. 'மீன்கள் உறங்கும் குளம்' தொகுதியின் கவிதை ஒவ்வொன்றையும், தான் படித்து அநுபவித்த அதேவேளை, அந்த அநுபவத்தையும் புரிதலையும் ஒவ்வொரு வாசகரும் பெறவேண்டும் என்கிற அக்கறையுடன், அவைசார்ந்த தகவல்கள், தத்துவங்கள், பின்னணிகள் என்று கூடவே தந்து செல்கையில் நூல், விரிவும் ஆழமும் மட்டுமன்றிப் பயனும் சுவையும்கூட பெற்றுவிடுகின்றது.

தாம் உணர்ந்தவற்றை உணர்ந்தவாறே இந்நூலில் நூலாசிரியர் எழுதியுள்ளார் என்பதற்குச் சிறப்பான எடுத்துக்காட்டு, இதில் இடம்பெறும் *R.O.* பரிகரிப்பு நீரின் பிரதிகூலங்கள் பற்றிய குறிப்பு.

ஹைக்கூ கவிதைகள், ஜென் கதைகள் என்பவற்றுடன் எல்லைப்படுத்தப்பட்ட அறிமுகம் மட்டுமே கொண்டிருக்கக்கூடிய பெரும்பாலான வாசகர்கட்கு, அவை தொடர்பாக நூலாசிரியை அறியத் தருகிற விஷயங்கள் பல. ஜப்பானிய இலக்கிய வரலாறு, தமிழில் ஹைக்கூ வளரும் பாங்கு, பாஷோ, ஓஷோ போன்றோரின் தத்துவங்களுக்கான அறிமுகக் கூற்றுக்கள் போன்றவற்றை வாசகர் இயல்பாகவும், இலகுவாகவும் அறிந்துகொள்ளும் விதமாக நூல் அமைந்துள்ளது. அவற்றைத் தாண்டியும் ஜென், தந்த்ரா, சூழல், காதல், குறள், சங்க இலக்கியம், தேவாரம், செக்காவ் கதைகள், பொறியியல் உளவியல் போன்ற பல்துறைசார் குறிப்புகள் என்று இந்நூல், ஒரு அறிவுக்களஞ்சியமாக அமைவதுடன் வாசகர் சிந்தனையையும் தூண்டிவிடுகிறது. இன்னும் பல விளக்குகளை லீலா அவர்கள் ஏற்றிவைப்பதன் சான்று இது.

பொறி.ஐயாத்துரை சாந்தன்
M.A., MSC., GCGI (Lond.) F.I.IE.S.L
இருமொழி எழுத்தாளர்.
24, அண்ணாமலை வீதி,
சுதுமலை மானிப்பாய்,
இலங்கை.

10, அக்டோபர் 2020.
sayathurai@yahoo.com

பிருந்தா சாரதி

ஒற்றைக் கோட்டில் ஒரு காட்சியைக் காட்டுவது ஓவியமெனில், ஒற்றைச் சொல்லில் உணர்வுகளை நடனமிடச் செய்வது கவிதை.

அந்த ஒற்றைச் சொல்தான் கவியாளுமையை அடையாளம் காட்டுகிறது. அத்தகைய சொல் ஆளுமைக்குச் சொந்தக்காரர், கவிஞர் பிருந்தா சாரதி.

பழைய வழிகள் புதிய கதவுகளைத் திறப்பதில்லை என்பதை அறிந்துணர்ந்தவராக, புதிய வழிகளில் இளைய சமூகத்திற்கு கவிதைகளைக் கொண்டு சேர்ப்பதில் வல்லவர் கவிஞர் பிருந்தா சாரதி.

பிருந்தா சாரதி எனும் புனைபெயரில் எழுதிவரும் நா.சுப்பிரமணியன், 1965ஆம் ஆண்டு, கும்பகோணத்தில் பிறந்தவர். பெற்றோர் சுப.நாராயணன்-ருக்மணி. இவருக்கு மதுரை மாவட்டம், மேலூர் அருகேயுள்ள சண்முகநாதபுரம் கிராமம், பூர்வீகம்.

கும்பகோணம் அரசினர் ஆடவர் கல்லூரியில் இயற்பியலில் இளம் அறிவியல் பட்டமும், மதுரை காமராசர் பல்கலைக்கழகத்தின் அஞ்சல்வழிக் கல்வியில் முதுகலை தமிழ் இலக்கியப் பட்டமும் பெற்றவர்.

'கல்கி' பொன்விழா கவிதைப் போட்டியிலும், கம்பன் கழகம் நடத்திய அனைத்துக் கல்லூரி கவிதைப் போட்டியிலும், தமிழ்நாடு அளவில் பரிசு பெற்றவர். 1992ஆம் ஆண்டு, இவரது முதல் கவிதை நூலான 'நடைவண்டி' வெளியானது.

நடிகர் நாசர் இயக்கிய 'அவதாரம்', 'தேவதை', இயக்குநர் என்.லிங்குசாமி இயக்கிய 'ஆனந்தம்' மற்றும் கவிஞர் வைரமுத்து இயக்கிய 'கவிதை பாருங்கள்' என்ற கவிதைகளைக் காட்சிப்படுத்தும் தொலைக்காட்சித் தொடர் ஆகியவற்றில் உதவி மற்றும் இணை இயக்குநராகப் பணியாற்றியவர்.

2003ஆம் ஆண்டு 'தித்திக்குதே' என்ற திரைப்படத்தை இயக்கிய இவர், இயக்குநர் என்.லிங்குசாமி இயக்கத்தில் வெளிவந்த 'ஆனந்தம்', 'பையா', 'வேட்டை', 'அஞ்சான்', சண்டக்கோழி -2 ஆகிய திரைப்படங்களுக்கு உரையாடல் எழுதியுள்ளார்.

உலகத் தமிழாராய்ச்சி நிறுவனம், 2007ஆம் ஆண்டு வெளியிட்ட TAMIL POETRY TODAY எனும் புதுக்கவிதைத் தொகைநூலில் இவரது 'ஊமை' என்ற கவிதை ஆங்கிலத்தில் மொழிபெயர்க்கப்பட்டு சேர்க்கப்பட்டுள்ளது.

கொரோனா ஊரடங்கு நாட்களில், இவர் எழுதிய கவிதை டாக்டர் கே.எஸ்.சுப்ரமணியம் அவர்களின் Lock down Poems நூலில் ஆங்கிலத்தில் மொழிபெயர்க்கப்பட்டு சேர்க்கப்பட்டுள்ளது. நாள்தோறும் இவர் முகநூலில் எழுதும் கவிதைகள் தொடர்ந்து ஆங்கிலத்திலும், மலையாளத்திலும் மொழிபெயர்க்கப்பட்டு வருகிறது.

இவரது 'ஞாயிற்றுக்கிழமை பள்ளிக்கூடம்' கவிதைத் தொகுதி, 2016ஆம் ஆண்டுக்கான ஜெயந்தன் படைப்பிலக்கிய விருது பெற்றது.

தமிழ் ஹைக்கூ நூற்றாண்டில் இவர் எழுதி வெளியிட்ட 'மீன்கள் உறங்கும் குளம்' என்ற ஹைக்கூ கவிதைத் தொகுதி, 2017ஆம் ஆண்டுக்கான அகில இந்திய தமிழ் எழுத்தாளர் சங்கத்தின் சிறந்த ஹைக்கூ கவிதை நூலுக்கான முதல் பரிசையும் பெற்றது.

எண்களை தலைப்பாகக் கொண்டு, எண்களின் பின் மறைந்திருக்கும் தத்துவத்தையும், புதிர்களையும், தர்க்கத்தையும், அன்றாட வாழ்வையும் கவிதைகளாக இவர் எழுதிய 'எண்ணும் எழுத்தும்' நூல், படைப்புக் குழும விருது (2017) பெற்றது. கவிக்கோ அப்துல் ரகுமான், கவிஞர் விக்ரமாதித்யன், எழுத்தாளர் எஸ். ராமகிருஷ்ணன் ஆகியோரின் பாராட்டுகளைப் பெற்ற நூல் இது.

இவரது பிற கவிதை நூல்கள், 'பறவையின் நிழல்' நூறு காதல் கவிதைகள் கொண்டது. 'இருளும் ஒளியும்' (2019) ஒளியையும் இருளைப் பற்றியுமான ஆலாபனைகள். கல்லூரிப் பாடநூல்களிலும் இவரது கவிதைகள் இடம்பெற்றிருக்கின்றன.

படைப்புக் குழுமம்

ஞாயிற்றுக்கிழமைப் பள்ளிக்கூடம் தந்த ஒளி

நீ விளக்கென்றால்
இன்னொரு விளக்கை
ஏற்றி வை.

(இருளும் ஒளியும்) - கவிஞர் பிருந்தாசாரதி

கவிஞர் பிருந்தா சாரதி அவர்களை, அவரது நூல்களைப் படிப்பதற்குமுன்பாக ஒரு ஞாயிற்றுக்கிழமைப் பள்ளிக்கூடத்தில் நடந்த பொள்ளாச்சி இலக்கிய வட்டத்தில் சந்தித்தேன் என்றாலும் பொதுவாக, அதிகமாகப் பேசும் (மேடையில் மட்டும் பேசுவேன்) வழக்கம் இல்லாததால் பேசவோ, தொடர்பு எண்ணோ பெறவில்லை. புத்தகங்களை மட்டும் வாங்கிக்கொண்டு வந்தேன். ஆறு மாதத்திற்குப் பின் முதலில் 'இருளும் ஒளியும்' நூலைப் படித்தேன். அதில் நான் எப்போதும் எனக்கு நானே சொல்லிக்கொள்ளும் கவிதைதான் மேற்சொன்ன கவிதை.

உள்முகமாக பயணிக்கவைக்கும் அவரது கவிதைகள் என்னை பெரிதும் ஈர்க்க... 'மீன்கள் உறங்கும் குளம்' ஹைக்கூ நூலைப் படிக்கலாம் என்றுதான் ஆரம்பித்தேன். ஆனால் அதற்குள் வாழ்ந்துகொண்டிருக்கிறேன்.

பல ஹைக்கூ கவிதைகளைப் படித்தாலும், கவிஞர் பிருந்தா சாரதி அவர்களின் ஹைக்கூவை படிக்கும்போது மட்டும் ஜென் தன்மையும், ஓஷோவின் உபநிஷத்துகளும், எங்கெங்கோ படித்த இலக்கியங்களும் என்னுள் விரியத் தொடங்கின.

எப்போது எதைப் படித்தாலும், என் மூளை அச்செய்தியை பல்வேறு செய்திகளோடு தொடர்புப்படுத்தி பாதுகாத்து வைத்துக்கொள்ளும். இதனால் எல்லையற்ற தளங்கள் விரிய விரிய ஆச்சரியம் தாளாது பாஷோவின் ஹைக்கூவை ஒருமுறை பார்க்கலாம் என தேடத் தொடங்கினேன். மெல்ல ஜப்பானிய எழுத்துக்களின் அறிமுகம் கிடைக்க, ஜப்பானிய நாட்டின் வழமை, கலாச்சரம், ஹைக்கூ என மேலும் ஒரு திறப்பு ஏற்பட, தேடல் தீவிரமாகியது.

அப்போது ஒன்றைக் கண்டேன், அதுதான் கவிஞர் பிருந்தா சாரதி அவர்களின் ஹைக்கூ மாஸ்டர் பாஷோ, பூஸன், இஸா, ஷிக்கி

ஆகியோரின் ஹைக்கூ தரத்திற்கு ஈடாக இருந்தது. தமிழகத்தில் இப்படியொரு கவிஞரா என்ற மகிழ்ச்சியில் பட்டாம்பூச்சிகள் பறக்கத் தொடங்கின. இதை ஆவணப்படுத்து ஆவணப்படுத்து என என் உள்ளுணர்வு நச்சரித்துக் கொண்டேயிருக்க இது, என்னைப் போன்றோருக்கு ஹைக்கூவை அனுபவித்து வாசிக்க ஒரு திறப்பாக இருக்குமெனத் தோன்றியது. யாம் பெற்ற இன்பம் பெறுக இவ்வையகம் என, எழுதத் தொடங்கிவிட்டேன்.

ஜப்பானில், பாஷோவின் ஒரேயொரு ஹைக்கூவிற்கு ஆயிரம் பக்கங்கள்கொண்ட புத்தகங்களை பலர் எழுதியிருக்கிறார்கள். பாஷோவினுடைய ஹைக்கூவின் ஒரே ஒரு வரிக்கு, 'புல் தானாக வளர்கிறது' என்று ஒரு புத்தகமே எழுதியிருக்கிறார், ஓஷோ.

ஜப்பானில், ஹைக்கூ கவிஞர்கள் நெருங்கிய நட்புடன் இருந்ததோடு ஒருவரை ஒருவர் போற்றியும், மேலும் ஹைக்கூ படைக்க ஊக்கமும் அளித்து வந்திருக்கிறார்கள் போன்ற செய்திகள், தமிழிலும் ஜென்தன்மையுடன் எழுதப்பட்டிருக்கும் ஒரு ஹைக்கூ கவிஞரின் படைப்பை அவரின் வாழ்நாளிலேயே கொண்டாடும் சூழ்நிலை மலரவேண்டும் என்ற பேராவலும், ஹைக்கூவில் பொதிந்திருக்கும் அடர்வான வாழ்வியலும், ஞானமும், காட்சியும் இந்நூலை எழுதுவதற்கான ஆர்வத்தைத் தந்தன.

ஆம்!
நீ விளக்கென்றால்
இன்னொரு விளக்கை
ஏற்றி வை.

(இருளும் ஒளியும்) - கவிஞர் பிருந்தா சாரதி

கவியின் மனம் கவிதைகளில் பரவி, இன்னொரு கவிதையை புனையச் செய்கிறது. மொழியின் ஒளி கவிதையெனில் அது, இன்னொரு ஒளியை உருவாக்கிவிட்டது. அந்த ஒளி, என் மொழியாகச் சுடர் விடக்கூடும் என நம்புகிறேன். அத்தகைய நம்பிக்கையை அளித்தது இருளும் ஒளியும் கவிதைகள் என்று, இக்கவிதைக்கு என் பார்வையை எழுதியிருந்தேன். அது எவ்வளவு உண்மை.

கவிதையின் ஒளி இப்போது என் மொழியாகச் சுடர் விடுகிறது.

கவிஞர் பிருந்தாசாரதியின் கவிதை விளக்கு இன்னொரு விளக்கை ஏற்றிவைத்திருக்கிறது. காலம் சிலவற்றை தேர்ந்தெடுத்து ஒளிரச் செய்கிறது, ஒளிரச் செய்ய சுடரென எனை கருவியாக்கி இருக்கிறது.

அவ்விளக்கின் சுடர், இந்த நூலாக உங்கள் கரங்களில்.

என்றென்றும் அன்புடன்
காலத்தின் கருவி
கோ.லீலா

ஹைக்கூ வாசல்...

சென்றிடுவீர் எட்டுத் திக்கும் – கலைச்
செல்வங்கள் யாவுங் கொணர்ந்திங்கு சேர்ப்பீர்!

- மகாகவி பாரதியார்

எனும் பாரதியின் சொற்களுக்கு இணங்க, தமிழ் மொழிக்குப் பல தேசங்களிலிருந்தும் கலைகளைச் சேர்க்கும் ஓர் உன்னதப் பணிதான், மகாகவி பாரதியாரால் ஜப்பானிலிருந்து தமிழுக்குக் கொண்டுவரப்பட்ட 'ஹைக்கூ' எனும் கவிதை வடிவத்தை தமிழ் மொழியில் எழுதிச் செறிவூட்டுதல்.

தமிழும், இந்தியப் படைப்புகளும் பல்வேறு தேசத்தின் இலக்கியத்திற்கும், மொழிக்கும் செறிவூட்டியிருக்கிறது என்றால் அது மிகையில்லை.

மற்ற மொழி இலக்கியங்களை எதற்காகப் படிக்க வேண்டும்? மற்ற இலக்கியங்களில் இருக்கும் பண்பாட்டு அசைவுகளை, மொழி ஆளுமையை அறிந்துகொள்ளவும், அதேபோன்று அங்கு நிகழும், நிகழ்ந்த அரசியல், பொருளாதார மாற்றங்கள் போன்றவற்றை அறிந்துகொள்ளவும், புதிய இலக்கிய வடிவங்களைப் பெற்றுக் கொள்ளவும்தான்.

ஒவ்வொரு தேசத்தின் இலக்கியமும் தனித்துவமானது. ஒரு மொழியின் கவிதைகள், மற்ற மொழிகளில் பெயர்க்கப்படுவது வியப்புக்குரியதல்ல. ஆனால் ஒரு மொழியின் கவிதை வடிவம் உலகளவில் புகழ்பெறுவதென்பது வியப்பானது. அத்தகைய வியப்புக்குரிய ஹைக்கூ பற்றிதான் பேசப் போகிறோம்.

அப்படி, உலகின் முதல் நாவலான The Tale of Genji ஜப்பானிய நாட்டின் கொடை. அதை எழுதியவர், Murasaki Shikibu (lady in waiting) என்ற பெண் எழுத்தாளர். அத்தகைய ஜப்பானிய இலக்கியத்தின் பரிணாமம் பற்றி பார்ப்போம்.

தமிழ் இலக்கியம் சங்க காலம், சங்கம் மருவிய காலம், அதைத் தொடர்ந்து பல்லவர்/பக்தி இலக்கியம், சோழர்/வீர காவிய இலக்கியமென நீண்ட வகைப்பாடுகளும் வேத காலம், உபநிஷத

காலம் மற்றும் செவ்வியல் இலக்கியமென இன்னும் பல்வேறு உட்பிரிகளுடன் இந்திய இலக்கியங்கள் வகைப்படுத்தப்பட்டிருப்பது போலவே ஜப்பானிய இலக்கியங்களும் வகைப்படுத்தப்பட்டுள்ளன.

ஒவ்வொரு காலக்கட்டத்திலும் ஜப்பானின் தலைநகரம் மாற்றப்படும். அந்தத் தலைநகரின் பெயரால், அந்தக் காலக்கட்டத்தில் வளரும் இலக்கியத்திற்கான காலம் பிரிக்கப்பட்டுள்ளது.

நாரா காலம் (794 முன்பு),
ஹீயென் காலம் (794 - 1185),
காமகுரா காலம் (1185 - 1332),
நான்போக்குசாக் காலம் (1332 - 1603),
இடோ காலம் (1603 - 1868), (இன்றைய டோக்கியோ),
டோக்கியோ காலம் (1865க்குப் பிறகு)
மீஜி, தைஷோ மற்றும் ஆரம்பகால ஷாவா காலம் (1868 - 1945),
போருக்குப் பிந்தைய காலம் (1945 முதல்)

நாரா காலம் (794 முன்பு)

அய்ந்தாம் நூற்றாண்டில், கொரியா மற்றும் சீனா வம்சாவளிகள் கஞ்சி எனும் எழுத்தை அறிமுகப்படுத்தும் வரை, ஜப்பானில் எழுத்து முறை இல்லை. எனினும் ஜப்பானிய மொழியின் ஒலிப்பு ரீதியிலேயே வாசிக்கப்பட்டது.

இக்காலத்தில் 'சோக்கா' எனும் கவிதை வடிவம் தோன்றியது. முதலிரண்டு அடி 5,7 அசையமைப்பிலும், இறுதி அடி 7,7 அசை அமைப்பிலும் வரி வரம்பில்லாது பாடப்பட்ட கவிதை இது.

ஹீயென் (Heian) காலம் (794-1185)

இந்தக் காலம்தான், ஜப்பானிய இலக்கியத்தின் பொற்காலம் என்று இன்று வரை அழைக்கப்படுகிறது. இந்தக் காலத்தில்தான் உலகின் முதல் நாவல் எழுதப்பட்டது. இந்த சகாப்தத்தில் இலக்கியம், பிரபுக்கள் மற்றும் துறவிகளின் கலாச்சார உயரடுக்கை மையமாகக் கொண்டது. ஏகாதிபத்திய நீதிமன்றம் குறிப்பாக, கவிஞர்களுக்கு ஆதரவளித்தது. அவர்களில் பெரும்பாலானோர் அரசவையை அல்லது அரசியரின் பெண் தோழியராக இருந்தனர் *(Ladies - in - waiting).*

பிரபுத்துவ சூழ்நிலையைப் பிரதிபலிக்கும்வகையில் கவிதை, நேர்த்தியாகவும் அதிநவீனமானதாகவும் இருந்தது. மற்றும்

சொல்லாட்சிக் கலை பாணியில் உணர்ச்சிகளை வெளிப்படுத்தியது. 'சோக்கா' கவிதை, இக் காலத்தில் 'தன்கா' என மாற்றம் பெற்றது. வரி வரம்பில்லாத பெரிய கவிதையாக இருந்த சோக்கா, 5 அடிகள் கொண்டதாகவும் 5,7,5,7,7 அசையமைப்பிலும் மாற்றம் பெற்றது.

காமகுரா காலம் (1185-1332)

இடைக்கால ஜப்பானிய இலக்கியம் என இந்தக் காலம் அழைக்கப்படுகிறது. இந்தக் காலக்கட்டத்தில், உள்நாட்டுப் போர்களைக் கண்டது ஜப்பான். போர்க் கதைகள், வரலாற்றுக் கதைகள் வளர்ந்தன. இந்தக் காலக்கட்டத்தில்தான் பிரபுக்களின் கலாச்சார உயரடுக்கைப் பாடிய கலாச்சாரம் வீழ்ந்தது. சமூக மக்களிடையே ரெங்கா, நோ தியேட்டர், நிஹான் ரியோய்கி போன்ற செட்சுவாவும், புத்த மதகுருமார்களால் பிரசங்கிப்பதற்காக உருவாக்கப்பட்டன. இதற்குப் பிறகுதான் ஹைக்கூவின் காலம் வருகிறது.

இந்தக் காலத்தில்தான், கடின இலக்கிய வரம்புடன் 'ஜாக்கின்சூ' எனும் செய்யுள் வடிவம் தோன்றியது.

நான்போக்குசாக் காலம் (1332 - 1603)

இந்தக் காலக்கட்டத்தில் 'நோஹ' எனும் இசை நாடகக் கவிதையாக சமுதாயம் சார்ந்து பாடப்பட்டது.

இடோ காலம் (1603-1868)

இந்தக் காலக்கட்டத்தில்தான், வெகுஜன இலக்கியம் வளரத் தொடங்கியது. ஜப்பானின் ஷேக்ஸ்பியர் Chikamatsu Monzaemon உருவான காலமும் இதுவே. மேலும் ஜப்பானிய இலக்கியத்தின் அமைதியான காலம் என்றும் சிலாகிக்கப்படுகிறது. Ihara Saikaku மூலம், நாவல் நவீன உணர்வுகளைப் பெற்றது.

இடோ காலம்தான், ஹைக்கூவின் தொடக்கக் காலமாகவும், உச்சம்தொட்ட காலமாகவும் இருந்திருக்கிறது. மாட்சுவோ பாஷோ (1644-1694), அன்று ஹொக்கு என்று அழைக்கப்பட்ட ஹைக்கூவின் மிகச்சிறந்த மாஸ்டர் ஆவார். அவரது ஹைக்கூ, அவரைச் சுற்றியுள்ள உலகின் முதல் அனுபவத்தால் எழுதப்பட்டது. பெரும்பாலும் ஒரு காட்சியின் உணர்வை சில எளிய கூறுகளில் இணைப்பதாக இருக்கும்.

ஹைக்காயை ஒரு இலக்கிய வகையாக மாற்றுவதை அவர், தனது வாழ்க்கையின் படைப்பாக மாற்றினார். பாஷோவைப்

பொறுத்தவரை, ஹைக்காய் நகைச்சுவையான விளையாட்டுத் திறன் மற்றும் ஆன்மீக ஆழம், சந்நியாசி பயிற்சி மற்றும் மனித சமுதாயத்தில் ஈடுபாடு ஆகியவற்றை உள்ளடக்கியது. குறிப்பாக, பாஷோ ஒரு பயண நாட்குறிப்பின் வடிவத்தில் 'ஒகு நோ ஹோசோமிச்சியை' ஒரு முக்கியப் படைப்பாக எழுதினார் அந்த நூல் 'கிளாசிக்கல் ஜப்பானிய இலக்கியத்தின் முக்கிய நூல்களில் ஒன்றாக'க் கருதப்படுகிறது.

Fukuda Chiyo-ni (1703–1775) என்ற பெண் ஹைக்கூ கவிஞர், பெண்கள் ஹைக்கூ எழுதுவதற்கு ஒரு திறப்பாக இருந்தவர். மிக இளம்வயதில் பாஷோவை பின்பற்றி எழுதினாலும் பிறகு தனக்கென ஒரு பாணியை அமைத்துக் கொண்டவர்.

ஜப்பானின் மார்க் ட்வைன் என்றழைக்கப்படும் *Jippensha Ikku* அவர்கள் வாழ்ந்த காலமும் இதுவே. ஜப்பானிய இலக்கியத்தின் இக் காலக்கட்டத்தில் தோன்றிய ஹைக்கூவே ஜப்பான் மட்டுமின்றி, உலகளவிய நாடுகளின் இலக்கியத்திலும் முக்கிய இடத்தைப் பிடித்துள்ளது.

டோக்கியோ காலம் (1865க்குப் பிறகு)

ஹைக்கூ வந்த புதிதில் ஹொக்கு என்றே அழைக்கப்பட்டது. பின், ஹைகை எனத் திரிந்து பின்னரே ஹைக்கூ என வழங்கப்பட்டது. புத்த மதத்தின் கிளைப் பிரிவான சென் *(Zen)* தத்துவத்தைப் பரப்புவதற்கு ஒரு நல்ல ஊடகமாக ஹைக்கூ கவிதையானது பயன்படுத்தப்பட்டது.

ஜப்பானியக் கவிஞர்கள், மோரிடேகே *(1473–1549)* மற்றும் சோகன் *(1465–1553)* ஆகியோர், ஹைக்கூ கவிதையின் முன்னோடிகள் என்றழைக்கப்படுகிறார்கள். ஹைக்கூ முன்னோடிகளை அடுத்து...

மாட்சுவோ பாஷோ *(1644-1694),*
யோசா பூஸன் *(1716-1784),*
கொபாயாஷி இஸா*(1763-1828),*
மசோகா ஷிக்கி *(1867-1902)*

ஆகிய ஹைக்கூ நால்வர்கள் தோன்றிப் புகழ் ஈட்டினர். இவர்களைத் தொடர்ந்து இன்றுவரையிலும் அழியாத புகழுடன் உலகை உலா வரும் ஹைக்கூ தமிழுக்கு எப்படி வந்தது? பார்ப்போம்.

முதல் மழைத்துளி

'பிற நாட்டு நல்லறிஞர் சாத்திரங்கள் கொணர்ந்திங்கு சேர்ப்பீர்!' என்று சொன்ன, நம் பாட்டுப் பாட்டன் பாரதிதான். கீழ்த்திசை பௌத்த சிந்தனையில் முகிழ்த்து, சீனத்துப் பண்பாட்டில் திளைத்து, ஜப்பானிய அழகுப் பார்வையில் மலர்ந்து மணம் வீசிய ஹைக்கூவை தமிழகத்தில் போஷித்த முதல் மழைத்துளி.

கொல்கத்தாவிலிருந்து வெளியான 'மார்டன் ரிவியூ' ஆங்கில இதழில் வெளியான ஜப்பானிய ஹைக்கூவை படித்த பாரதியார், 16.10.1916 அன்று, சுதேசிமித்ரன் பத்திரிகையில் இரு பக்க அளவிற்கு 'ஜப்பானிய கவிதை' என்ற தலைப்பில், ஹைக்கூவைப் பற்றி எழுதிய கட்டுரையே தமிழகப் பூமியில் விழுந்த முதல் ஹைக்கூ மழை. பின், அரை நூற்றாண்டிற்கும்மேல் மழைகாணாத பூமியாக தமிழக ஹைக்கூ நிலம் வறண்டுகிடந்தது.

1966 ஜனவரியில், எழுத்தாளர் சுஜாதா ஹைக்கூ குறித்தும், சில ஜப்பானியக் கவிதைகளை தமிழில் மொழிபெயர்த்தும் வெளியிட்டார். அவரைத் தொடர்ந்து 1967இல் சி.சந்திரலேகா கணையாழி இதழிலும், 1968இல் சி.மணி சில ஆங்கில ஹைக்கூ கவிதைகளை தமிழில் மொழிபெயர்த்து 'நடை' இதழில் வெளியிட்டார். பின்னரே, தமிழ்க் கவிஞரிடையே இதன்பால் ஈர்ப்பாக, 1972இல் தீபம் இதழில் கவிஞர் சேலம் தமிழ்நாடன் 'ஜப்பானிய கவிதை வடிவங்கள்' என்ற தலைப்பில் கட்டுரை ஒன்றை எழுதி வெளியிட்டார்.

கவிக்கோ அப்துல் ரகுமான் அவர்கள், ஹைக்கூ கவிதைகளை தமிழுக்குக் கொண்டுவந்தார். அவர் ஜூனியர் விகடனில் எழுதிய 'மின்மினிகள்' கட்டுரை மிகப் பிரபலம். இக் கட்டுரைமூலம் ஹைக்கூ, மக்களிடையே பிரசித்தம் ஆனது.

இரவுக்கு
தாலாட்டு பாடுகின்றனவா
சில்வண்டுகள்?

-கவிக்கோ அப்துல் ரகுமான்

1974இல், 'பால்வீதி' எனும் தனது சர்ரியலிஸ கவிதைத் தொகுப்பில் கவிஞர் அப்துல் ரகுமான் சிந்தர் எனும் பெயரில் ஆறு ஹைக்கூ கவிதைகளை வெளியிட்டார். இதுவே, தமிழில் நேரடியாக வெளியான முதல் ஹைக்கூக்கள்.

புத்தகங்களே
சமர்த்தாய் இருங்கள்
பிள்ளைகளை கிழித்துவிடாதீர்கள்

- கவிக்கோ அப்துல் ரகுமான்

இந்த ஒரு படைப்பின்மூலமாக அவரது மொழிப்புலமையும், மேதமையும், சமூக அக்கறையும் விளங்கும்.

1984 ஆகஸ்ட்டில், ஓவியக் கவிஞர் அமுதபாரதி 'புள்ளிப்பூக்கள்' எனும் முதல் ஹைக்கூ கவிதைத் தொகுப்பு நூலைக் கொண்டுவந்தார். முன்னதாக வெளியிட இருந்த நூல், சற்று காலதாமதமாக 1984, நவம்பர் மாதம், கவிஞர் அறிவுமதி தனது 'புல்லின் நுனியில் பனித்துளி' எனும் தொகுப்பை வெளியிட்டார்.

இந்தக் காட்டில்
எந்த மூங்கில்
புல்லாங்குழல்

-கவிஞர் அமுதபாரதி

(புள்ளிப் பூக்கள், 1984)

●

பூவைவிட்டு இறங்காதே
இறக்கை முறிந்த வண்ணத்துப்பூச்சியே
உனக்காக எறும்புகள்

●

நடுப்பகல்
சுடுமணல்
பாவம்.. என் சுவடுகள்

-கவிஞர் அறிவுமதி

(புல்லின் நுனியில் பனித்துளி, 1984)

அறிவுமதியின், புல்லின் நுனியில் பனித்துளியில், கவிக்கோ அப்துல் ரகுமான் 'வாமனர்களுக்கு ஒரு வரவேற்பு' எனும் பெயரில் அணிந்துரை வழங்கியிருக்கிறார். அதில் ஹைக்கூவின் விதிமுறைகளையும் சொல்லியிருக்கிறார்.

1985இல், கவிப் பேரருவி ஈரோடு தமிழன்பனின் 'சூரியப் பிறைகள்' எனும் ஹைக்கூ கவிதை நூல் வெளியானது, அந்நூலிலேயே, 'வாசல் ஒரு வாசகம்' எனும் கட்டுரையும் எழுதியிருந்தார்.

1988, ஏப்ரல் மாதத்தில், 'கூடைக்குள் தேசம்' எனும் தமிழ் ஈழத்தின் முதல் ஹைக்கூ நூல் சு.முரளிதரன் அவர்களால் எழுதி வெளியிடப்பட்டது. 1991இல், எழுத்தாளர் சுஜாதா எழுதிய 'ஹைக்கூ ஓர் அறிமுகம்' என்ற நூல் அனைவரையும் ஹைக்கூ பக்கம் ஈர்த்தது.

ஹைக்கூவும் பெண்களும்

1987இல், பேராசிரியர் தி.லீலாவதி மொழிபெயர்த்த 'ஜப்பானிய ஹைக்கூ' எனும் நூல் வெளியானது. 1991இல், 'இதுதான் ஹைக்கூ' என்ற கட்டுரை நூலையும் வெளியிட்டார். ஹைக்கூவைப் பற்றி முதன்முதலில் பேசிய பெண் இவரே.

இருப்பினும், பெண்களில் நேரடித் தமிழில் ஹைக்கூவை எழுதி தொகுப்பாக்கி புத்தகமாக்கிய பெருமைக்குரிய முதல் பெண்மணி முதுமுனைவர் மித்ரா அவர்களே. இவரது இயற்பெயர் உண்ணாமலை ஆகும். 'மித்ரா' பெயரில் விருதுகள் வழங்கப்படுகின்றன. இன்றும் படைப்பிலக்கிய ஆய்வு இருக்கையில் முதுமுனைவர் மித்ரா அவர்கள் ஆற்றியது அரும் பணியாகும்.

தமிழும் ஹைக்கூவும்

இந்திய மொழிகளில், தமிழிலேயே அதிகமான ஹைக்கூ கவிதைகள் எழுதப்பட்டு வருகின்றன எனச் சொல்கிறார்கள். அதற்குக் காரணம், தமிழர்களின் வாழ்வியல் இயற்கையோடு இணைந்தது. மேலும் இயற்கையைப் போற்றி வணங்குவதும் இயல்பிலேயே இருந்ததும் தமிழில் ஹைக்கூ, மரமென வளர்ந்து கிளைபரப்பி மலர்ந்து மணம் வீசக் காரணம்.

சங்க இலக்கியம் இயற்கையைத்தான் பெரும்பாலும் போற்றிப் பாடியிருக்கிறது. சின்னஞ்சிறு பூவான நெருஞ்சி, எள்ளுப்பூ, அனிச்சம் என நீளும் பூ வரிசைகளோடு, பல்வேறு சிற்றுயிர்களையும்

பாடியிருப்பதே அதற்குச் சான்று. இயற்கையை நேசிப்பது மட்டுமல்ல; பல்வேறு ஞானத்திற்கான விதைகளும் தோன்றிய பூமி, தமிழ் பூமி. சங்கத் தமிழுக்கும் ஜப்பானிய ஹைக்கூவிற்குமான தொடர்பை ஒரு ஒப்பீட்டின்மூலம் காண்போம்.

தமிழ் இலக்கிய திணை பகுப்புகள்

குறிஞ்சி, முல்லை, மருதம், நெய்தல், பாலை ஆகிய நிலத்திற்குரிய பெரும்பொழுது, சிறுபொழுது, முதற்பொருள், கருப்பொருள்களான தெய்வம், உணவு, விலங்கு, மரம், பறவை, பறை, தொழில், யாழ், பண் - குறிஞ்சிப் பண், ஊர், நீர், மலர் உரிப்பொருள் ஆகியவை தமிழ் இலக்கிய சங்ககாலப் பாடல்களில் அமைந்திருப்பதுபோல் ஜப்பானிய ஹைக்கூவில் ஏதும் உண்டா?

கிகோ - KIGO

ஜப்பானிய ஹைக்கூவில் கிகோ, முரண் ஆகியவற்றுக்கு முக்கிய இடம் உண்டு. கிகோ என்றால், ஒரு பருவகாலத்தைக் குறிக்கும் சொல்.

தமிழில் சங்க இலக்கியத்தில் திணைகள் குறிஞ்சி, முல்லை, மருதம், நெய்தல், பாலை என வகைப்படுத்தப்பட்டு, அதற்கான நிலம் புவியியல் சார்ந்து பண், இசைக்கருவி, மலர், பருவகாலம், உரிப்பொருள், கருப்பொருள், வழிபடு கடவுள், தொழில், மரம் என பகுப்பு செய்யப்பட்டிருப்பதுபோல்... ஜப்பானில், பருவநிலையை அடிப்படையாகக் கொண்டு பகுக்கப்பட்ட கீழ்க்காணும் கூறுகளை கோடிட்டுக் காட்டும் ஹைக்கூவில் வரும் ஒரு சொல்தான், கிகோ.

பருவம் - The season (時候 jikō), வானியல் - The sky and heavens (天文 tenmon), புவியியல்- The earth (地理 chiri), வாழ்வியல் - Humanity (生活 seikatsu), அவதானிப்புகள்- Observances (行事 gyōji), விலங்குகள் - Animals (動物 dōbutsu), செடி மற்றும் மரங்கள் -Plants (植物 shokubutsu).

இதன்மூலம், வாசகர் கூடுதல் சுவையுணர்வுடன் காட்சியை நேரில் காண்பதுபோல் ஹைக்கூவை ரசிக்கலாம். ஜப்பானிய கிகோ குறித்து ஜப்பானிய மொழியிலேயே கற்றறியவும், அதை ஹைக்கூவுடன் ஒப்பீடு செய்யவும் இணையதளம் உதவியாக இருந்தது.

மேலும் பாஷோ, இசா, ஷிக்கி பூசன் ஹைக்கூவை அடிப்படையாகக் கொண்டு,

Introducing Haiku Poets, Famous People, Places and Haiku Topics.
A project of the World Kigo Database. Dr. Gabi Greve, Japan, Daruma Museum.
The Four Seasons - Peter Beilenson. அவர்களின் புத்தகம் குறித்த திறனாய்வு.
The Sound of Water: Matsuo Basho and The Old Pond. -By Patrick McMahon.
Analysis of the Poetry of Matsuo Basho. Uploaded by Mervyn Larrier.

ஆகிய புத்தகங்களைப் படித்ததன் மூலமும், கிகோவைப் பற்றி அறிய முடிந்தது. கிகோ இல்லாத ஹைக்கூவும் உண்டு. அப்படி கிகோ இல்லையென்றால், அந்த ஹைக்கூ muki (no season) என்று வகைப்படுத்தப்படுகிறது.

எனினும் ஜப்பானிய பருவ காலங்களுக்கு உண்டான பகுப்புகள் அனைத்தும், தமிழக ஹைக்கூவிற்கு ஒத்துவராது. எனவே, தமிழகப் பருவ காலங்களின் அடிப்படையில், காலங்காலமாக அவதானித்த பகுப்புகள் மற்றும் முதுமுனைவர் மித்ரா அம்மையாரின் ஹைக்கூ ஆய்வு நூல்களை இணையத்தின்மூலம் படித்து அறிந்த பருவநிலைக்கான பகுப்புகளை வாசகர்களின் சுவைக்காகப் பயன்படுத்திக் கொள்கிறேன்.

குளிர்காலம் - Winter - 冬 Fuyu

நவம்பர், டிசம்பர், ஜனவரி.

பருவகால நிலை

குளிர்காலம், குளிர்காலத் துவக்கம், குளிர்கால இரவு, மழைக்கால முதல் மழை, மழைக்காலத் துவக்கம், மே மாத மழை, ஜூன் மாத மழை.

வானியல் நிலவரம்

குளிர் நிலவு, பனி நிலவு, குளிர்கால விண்மீன்கள், கார்கால முதல் மழை, தூறல், அடர்பனி, பனிப்பந்து, பனிப்புயல், மங்கிய நிலவொளி, தேய்ந்த நிலவு, நள்ளிரவு மழை.

புவியியல் நிலை

உறைந்த நிலம், வற்றிய நீர்வீழ்ச்சி, சமவெளியில் ஓடும் மழை, ஆறு, சேதமான பாலம், நீர்வீழ்ச்சி ஓசை, பெயரில்லா சிற்றாறு.

வாழ்வியல் நிலை

கரி நெருப்பு, தீ மூட்டல், நாள்காட்டி, முள்ளங்கி மற்றும் பூமிக்குக் கீழ் விளையும் கிழங்குகளைப் பிடுங்குதல், விளக்கு ஏற்றாமை, அதிகக் குளிர்ச்சி, போர்வை, மேலாடை, கம்பளி பயன்படுத்துதல். மழையால் குழந்தையை அழைக்கும் தாயின் பாசக் குரல்.

பறவை, விலங்குகள்

கரடி, கழுகு, காட்டுவாத்து, நீர்க்கோழி, சிப்பி, கடல்பறவை, குளிர்காலத்தில் உயிரினங்களின் இயக்கம், தொடர் மழையால் மாட்டுக் கொட்டகை நீரில் மூழ்குதல், இரவு-பகல் என்று அறியாமல் கூவும் சேவல், மழையில் எருதுகள், மழையில் திரியும் பூனை, தேரையின் அடங்கிய குரல், இடைவிடாது ஒலிக்கும் பூச்சிகளின் பாட்டு.

தாவரங்கள்

மழையால் அழிவுறும் தோட்டம், காற்றால் பாதிக்கப்படும் பயிர்கள் - வயல்வெளிகள், வெளிவரும் புற்கள், மர மொட்டுகள் வெளிவருதல், மழையால் ஒன்றன்மீது ஒன்றாக விழும் இலைகள், கற்பூர மரம், உதிர்ந்த செவ்வந்தி.

வசந்த காலம் - Spring - 春 Haru

பிப்ரவரி, மார்ச், ஏப்ரல்.

பருவகால நிலை

நீண்ட பகல், மெல்ல நகரும் நாள், வசந்த காலக் கனவு, நெருங்கும் கோடை, வெப்பம், அமைதி, தெளிவு, இதமான குளிர்.

வானியல் நிலவரம்

மெல்லிய பனி படரல், மங்கிய நிலவு, நிலவொளி, உறைபனி, மாலைப் பனி, பலமான காற்று, கிழக்குக் காற்று, தென்றல், வாசம் நிறைந்த காற்று, மங்கிய காலைச் சூரிய ஒளி, வசந்தகால நிலவு, நிலவின் பின்வட்டம்.

புவியியல் நிலை

உருகும் பனி, மிதக்கும் பனிக்கட்டிகள், இளஞ்சூட்டில் நீர், காடு, மலைகள், மூடுபனி, கடற்கரை, மந்தமான நீரோட்டம், கடலின் நீரோட்டம், நீரின் சத்தம், சதுப்பு நிலம், கறம்பு நிலம், பசுமையான

வயல்கள், தொலைவில் உள்ள வீடுகள், மலர்கள்.

அவதானிப்புகள்

பொம்மைத் திருவிழா, பணியாளர் திருவிழா, புத்தரின் நிர்வாண ஓவியம், புனிதப் பயணம், வசந்தகாலத் தேவதை.

வாழ்வியல் நிலை

நெல்வயல் சார்ந்த பணிகள், பட்டுப்பூச்சிகள், காற்றாடி, ஊஞ்சல், பலூன், கடற்கரை மணலில் காலடிச்சுவடுகள், காதல் செயல்கள், வேட்டையாடுதல், கிளிஞ்சல் சேகரித்தல். மலைப் பகுதிகளில் தேயிலை கொய்தல்.

விலங்குகள்

காதல் பூனைகள், பூனைக் குட்டிகள், விரையும் அணில்கள், கரிச்சான்குருவி, கழுகின் கூடு, எலி வளை, குயில், முயல், புறா, ஆந்தை, காட்டுவாத்து, கொக்கு, நாரை, கோழி, தவளை, பல்லி, வண்ணத்துப்பூச்சி, தவளைக்குஞ்சுகள், மணலில் குளிக்கும் குருவிகள்.

தாவரங்கள், பூக்கள்

தாமரை, புன்னைமரம், கோரைகள், அசையும் கொடி, புற்கள், பூண்டுகள், கடல்பாசி, வெங்காயப் பூக்கள், கடுகு, டூலிப், மலை ரோஜா போன்றவை.

கோடைக்காலம் - Summer - 夏 Natsu

மே, ஜூன், ஜூலை.

பருவகால நிலை

கோடைக்கால துவக்கம், வெப்பம், கோடை இரவு, ஜூன் இருட்டு, குறுகிய இரவு.

வானியல் நிலவரம்

ஜூன் மழை, திடீர் மழை, வானவில், மின்னல், கோடைகாலப் புயல்காற்று, குளிர்காற்று, கோடை மழை, வெப்பக் கதிரவன், எரியும் கதிரவன்.

புவியியல் நிலை

தாவரங்கள் அடர்ந்த மலைகள், தோட்டம், பசுமை நெல்வயல், அமைதியான மலை, தோட்டத்தில் சூடான பொருட்கள், சதுப்பு நிலம், கோடை ஆறு, தெளிந்த நீர்வீழ்ச்சி.

அவதானிப்புகள்

மரக்கத்தி, தொங்கி அசையும் விளக்கு, பதாகைகள், ஆடை மாற்றல்.

வாழ்வியல் நிலை

சதுப்பு நிலத்தில் சவாரி செய்தல், மழைக்கால வேண்டுதல், நெல் விதைத்தல், பகல் தூக்கம், பறைகள் அடிக்கும் ஓசை, நிலவொளியில் துணிகளைத் துவைத்தல், குழந்தைகளைத் தூங்கவைத்தல், ஆற்றைக் கடக்கும் மகிழ்ச்சி.

பறவை, விலங்குகள், பூச்சிகள், பயிர்கள்

கிராமத்துக் குருவிகள், மரத்தில் கட்டப்பட்ட குதிரை, மரங்கொத்தி, தோப்பில் விழும் அட்டை, குயில், நீர்க்கோழி, நண்டு, ஈக்கள், மின்மினி, வண்ணத்துப்பூச்சி, எறும்பு, பாம்பு, சிலந்தி, வெட்டுக்கிளி, பச்சைத் தவளை, நத்தை, இறந்துவிழும் விட்டில், காய்ந்துபோன நாணல்கள், சோளம், கோதுமை, திராட்சை, வாழை, பூசணி, பச்சைப் புல்.

இலையுதிர் காலம் - Autumn - 秋 Aki

ஆகஸ்டு, செப்டம்பர், அக்டோபர்.

பருவகால நிலை

நீண்ட இரவுகள், இரவுக் குளிர், ஒளிரும் நிலவு.

வானியல் நிலை

பால்வீதி, பிறை நிலா, நட்சத்திர இரவு, மாலை நிலவு, அறுவடை நிலவு, நிலா பார்த்தல், பனிமூட்டம், மூடுபனி கிளம்பல், சிவப்புநிறச் சூரிய வெப்பம், தெளிவான நீலவானம், இலையுதிர் கால மழை, வெள்ளைப் பனித்துளி.

புவியியல் நிலை

நிறங்கள், மரநிழல்கள், தூரத்தில் இருந்து வரும் ஒளி, நெல், வயல், சதுப்பு நிலம், வெள்ளிய கடலலைகள், பரந்த கடல், பயங்கரமான மலைகள், மலைத் தொடர்கள்.

அவதானிப்புகள்

இலையுதிர்காலத் திருவிழா, ஆன்மாக்கள் திருவிழா, வீட்டில் கடவுள் பீடம், நெசவுத் திருவிழா, நோன்புக் கயிறுகள், வாண வேடிக்கை, கல்லறை வழிபாடு, தெரு விளக்கு.

வாழ்வியல் நிலை

நெல் அறுவடை, பூச்சிக்கூண்டு, மாலை நேரத்தில் பாதைவழியாக யாரும் போகாமை (பாஷோவின் ஹைக்கூ), இலையுதிர் காலத் தனிமை, குறட்டை ஒலி, புல்லின்மீது நடத்தல், காளான் சேகரித்தல்.

பறவை, விலங்குகள்

இடம் மாறிச்செல்லும் வாத்துகள், சிவப்புத் தும்பிகள், காய்ந்த கிளையில் அமர்ந்த காக்கை, கொக்கு, காட்டுப் பன்றி, பலமான காற்று, காகம், சுவர்க்கோழி கூவுதல், பூனைகள், நடுங்கும் குரங்கு, மான், இறந்த உடலின்மீது அமரும் காகம், பசுவின் கொட்டகையில் கொசுக்கள், சிள்வண்டுகள், புல்புல் பறவை, நாரை, மரங்கொத்திப் பறவை, வெட்டுக்கிளி, பூச்சிக் குரல்.

தாவரங்கள்

வெள்ளைச் செவ்வந்தி, சோளம், கோதுமை, திராட்சை, வாழை, ரோஜா ஆகியவை.

இதன்மூலம் சங்க இலக்கியத்தின் பகுப்புகள், ஜப்பானிய ஹைக்கூவின் கிகோவிற்கு நெருக்கமாக இருப்பதை உணரலாம். மூத்தமொழியான தமிழோடு இணக்கம்கொண்டிருக்கும் ஜப்பானிய ஹைக்கூ, ஜப்பானியர்களின் மரபுக் கவிதையாகும். தமிழர்களுக்கும், ஜப்பானியர்களுக்குமான தொடர்பையும் ஆய்வுக்குட்படுத்தினால் பல்வேறு அரிய செய்திகள் கிடைக்கலாம்.

இதன்மூலம், தமிழ்க் கவிஞர்களுக்கு ஹைக்கூ அந்நியமன்று என்ற உண்மை புலப்படுகிறது. இவற்றில் வராத பல நிகழ்வுகளும், குறிப்புகளும் பருவ காலத்திற்கான குறிப்புச்சொல்லாக இருக்கலாம். அந்தந்த பகுதியைச் சார்ந்து புதுப்புது குறிப்புச் சொற்கள் உருவாகும். எனினும் இது, வாசகர்களுக்கு ஒரு திறப்பு மட்டுமே. இதை வைத்து தனது அவதானிப்புகளோடு ஹைக்கூவை ரசிக்கலாம். தமிழகத்தில், ஹைக்கூ வளர்ந்து பூத்துக் குலுங்குவதில் ஆச்சரியப்பட ஏதுமில்லை என்பதை உணரமுடியும்.

ஹைக்கூ வாசிப்பில், வாசகனின் நிலைபற்றி 'ராபர்ட் ப்ளை' என்ற அறிஞர், 'படிப்பவனை ஒரு கழுகு, தன் குஞ்சை மலை உச்சிக்கு அழைத்துச் செல்வதைப்போல கூட்டிச் செல்லும் ஹைக்கூ, அங்கே அவனை திடீர் என்று போட்டுவிடும். கற்பனை உள்ளவன் பறக்கிறான், இல்லாதவன் விழுந்து இறக்கிறான்' என்று குறிப்பிடுகிறார்.

தமிழ் வாசகர்கள் பறக்கத் தெரிந்தவர்கள். இந்நூலின் ஹைக்கூவுடன் இணைந்து பறப்பார்கள் என்று நம்புகிறேன்.

அன்புடன்
கோ.லீலா

1

வானில் பறந்தபடியே
ஏரியில் நீந்துகின்றன
பறவைகள்

ஹைக்கூ என்பது ஒரு அற்புதமான கவிதானுபவம். ஒரு மோனநிலை, அகமும் புறமும் ஒன்றாய் நிற்கும் நிலை, இந்தப் பிரபஞ்சத்தில் தன்னைக் கரைத்துக் கொள்ளல்.

தான் என்ற அகம் அழித்து இயற்கையுடன் ஒன்றுதல், காட்சிகளில் ஆனந்தமாய் திளைப்பது, அதன் சாரம் குறையாமல் விளையாட்டுத்தனமாய், இயற்கையிலும் நிகழ்விலும் உள்ள முரண்களைக் கண்டு வியப்பதின் முதிர்ச்சிதான் ஸென்.

ஹைக்கூ ஒரு தியானம் (ஸென் நிலை). தியானத்தில் இருக்கமுடியும். ஆனால் தியானத்தை செய்யமுடியாது. தியானத்தில் இருக்க ஹைக்கூ கைகூடும். ஸென் நிலையென்பது மனமற்ற நிலை. நீண்ட பயணமும் விழிப்புணர்வுடனும் காட்சிகளை ரசிப்பதும்தான் ஹைக்கூ.

தீக்குள் விரலை வைத்தால் சுடும். இது, எல்லோருக்குமான உணர்வு. அவரவர் உணரும்போது புது அனுபவமாக எழுதுவர். அது எத்தகைய அனுபவம் என்பதுதான் அழகியல்.

ஸென் என்றால் என்ன?

ஸென் என்பது ஒரு தத்துவம் அல்ல. அதை தத்துவம்போல நினைத்துத் தொடங்குவதே தவறான ஆரம்பம்.

தத்துவமென்பது மனம்சார்ந்த ஒன்று. ஸென் என்பது முழுமையாக மனதைக் கடந்த நிலை. ஸென், மனதிற்கும் அப்பால் செல்லும் நிகழ்வு. மனதால் ஸென்னை புரிந்துகொள்ள முடியாது. அங்கு மனதிற்கு எந்த வேலையும் இல்லை.

அது வேதமோ, தத்துவமோ இல்லை - புரிந்துகொள்வதற்கு. மாறாக, அது ஒரு அனுபவம். அந்த அனுபவத்தை தியானத்தின்மூலம் அடையலாம். ஸென் என்பது தியானமே அன்றி வேறொன்றுமில்லை. ஸென் எதையும் போதிப்பதில்லை.

எனில், தியானத்தின் இலக்குதான் என்ன? எல்லா இலக்குகளையும் கைவிடுவதுதான் தியானம். அதுவே ஸென்.

ஸென் என்பது உடனடி விழிப்பு முறை ஆகும். படிப்படியான விழிப்பு முறையல்ல. படிப்படியான விழிப்பு முறை என்ற பேச்சுக்கே இடமில்லை.

மனமென்பதே இறந்தகாலம்தான். அதைக் கடந்துவிடுவதுதான் ஸென் நிலை. அப்போதுதான் ஒவ்வொரு கணமும் பளிங்குத் தெளிவுடன் நீங்கள் வாழமுடியும்.

உங்கள் கண்ணாடியில் தூசு படியாது, நிகழ்கணத்தை உள்ளபடியே நீங்கள் பிரதிபலிக்க முடியும்போது இறைத்தன்மையை நீங்கள் அறிகிறீர்கள்.

இத்தன்மையில் இருக்கும்போது, காணும் காட்சியை குறைந்த சொற்களில் வழியவிடுவதே ஹைக்கூ. அசலான ஹைக்கூ, தன்னை வாசிப்பவருக்கு தன்னையே ஒப்புக்கொடுத்து காட்சியை கண்முன் விரியச்செய்து, ஒரு புதிய அனுபவத்தை, ஒரு ஸென் நிலையை பரிசளித்துவிடும் அற்புதத்தன்மை கொண்டது.

பொழிப்புரை, பதவுரை, ஒப்பனை, கற்பனை என்று எதுவும் இல்லாத நிர்வாணக் குழந்தையின் பேரழகுதான் ஹைக்கூ.

இயற்கை, நேசம், தவிப்பு, சூழலியல், நாட்டு நடப்பு என எதையும் பாடும் சுதந்திரம் ஹைக்கூக்கு உண்டு. ஹைக்கூவில் பொருளைத் தேடி அலையக்கூடாது. பூ போன்றது ஹைக்கூ. பூவிற்கு பொருள் என்ன? அதுபோல்தான் ஹைக்கூ உணர்வின் வெளிப்பாடு.

பாஷோவை கொண்டாடுபவர்களுக்கு ஹைக்கூ என்பது ஒரு போதை போன்றது. ஹைக்கூவை ரசிக்கத் தெரிந்துகொண்டால் ஸென் போன்று, ஹைக்கூவும் ஒரு தன்மை என்பதை அறிந்துகொள்ளலாம். ஹைக்கூ படிக்க ஆரம்பித்தபின் வேறு எந்தக் கவிதைகளும் ருசிக்காது என்பது உணர்ந்த உண்மை.

Brilliance என்ற பதம் மீறி, wisdom-ஞானம் என்பது ஹைக்கூவில்தான் வெளிப்படும். உமர் கய்யாமின் கவிதைகளைப் படித்தபோது (தமிழ் மொழிபெயர்ப்பு). சற்றுத் திகைப்பாக இருந்தது. எதைப் பார்த்தாலும் அதை உணர்ந்து, அப்படியே எழுதியிருந்தார். கலீல் ஜிப்ரானும் அப்படித்தான். கவிஞர் பிருந்தா சாரதியின் கவிதைகளிலும் இத்தன்மையைக் காணமுடிகிறது.

ஹைக்கூவில் பாஷோ, சோசேகி, தைகிஷிக்கி, இசா, சியோனி (பெண்) எனப் பல மாஸ்டர்கள் இருக்கிறார்கள். ஹைக்கூ எனப் பெயரிட்டவர் ஷிக்கிதான். இவர்களின் ஹைக்கூ மிக எளிமையானவை, நிதர்சனமான நாடகத்தன்மையற்றவை.

இந்த வரிசையில், தமிழ் உலகின் 'மீன்கள் உறங்கும் குளம்' என்று சொன்னால் அது மிகையில்லை. தலைப்பே, ஒரு ஸென்தன்மைதான்.

முகா (Muga) தன்மை

பாஷோவின் ஹைக்கூவில் உள்ள 'முகா' (Muga) என்ற தன்மை, இன்று பார்க்கப்போகும் ஹைக்கூவில் உள்ளது. முகா என்றால், 'தான்' என்ற நிலையை மறத்தல் (lose the nature of self).

தன்னை மறக்கும்போதுதான் காட்சிகளை புறக்கண்ணும் அகக்கண்ணும் பார்க்கும். அத்தகைய ஒருமைத்தன்மையும் இதில் உள்ளது.

முகா தன்மை, ஆசை மற்றும் முழுமையற்றதன்மை ஆகியவற்றின் இடைவிடாத வெற்றியில் இருந்து விடுபட அனுமதிக்கிறது.

'தான்' எனும் அகத்தை இழத்தலே, நிகழ்கணத்தின் பேரானந்த நிலையை துய்ப்பதற்கான வழி.

நிகழ்கணமாகவே மாறிவிடுகின்ற அற்புத நொடியில்தான் காலம் கடந்தும் நிற்கும் ஹைக்கூ உதயமாகிறது. கவிஞரும், காணும்

காட்சியும் ஒன்றென ஆகி, இயற்கையில் கரைந்துவிட முகாதன்மை மடல் விரிக்கிறது.

லகான் இல்லாமல் ஒன்றிலிருந்து ஒன்றுக்குத் தாவிக்கொண்டே இருக்கும் மனம், இத்தகைய நிகழ்வுகளை காட்சிப்படுத்த இயலாது.

ஹைக்கூவிற்கு தேவை பயணமும், விழிப்புணர்வும், காட்சிகளை ரசிக்கின்ற இதயமும், வேறு எந்த நினைவுகளுமற்ற ஏகாந்த ஸென் நிலையும்தான்.

ஏகாந்த நிலையில், மனம் ஒருமைப்பட்டு விழிப்புணர்வு கொள்ளும்போது, ஆழ் கடலில் முத்து எடுப்பதுபோல் ஆழ்மனச் சிந்தனைகளிலிருந்து முத்து எடுத்துவிடுகிறது கவிமனம்.

அத்தகைய ஹைக்கூதான், எளிய சொற்களின்மூலம் கலைநயத்துடன் ஞானத்தை வெளிப்படுத்துதற்கான புத்திசாலித்தனமான கருவியாக அமைகிறது. அப்படி, மாஸ்டர் பாஷோவின் பிரபலமான முகா தன்மையுடைய ஹைக்கூ முத்துக்களைப் பார்ப்போம்.

The old pond
a frog jumps in
the sound of the water.

'பழைய குளம்
குதித்தது தவளை
தண்ணீர்ச் சத்தம்'.

Fish shop.
How cold the lips
of salted bream.

'மீன் கடை.
உதடுகள் எவ்வளவு குளிராக இருக்கும்
உப்பிடப்பட்ட பீரிம்'.

(ப்ரீம் என்பது, நன்னீரில் வாழும் மஞ்சள் நிறமுடைய கூன்முதுகு மீன்.)

Fleas and lice biting awake,
all night a horse pissing
close to my ear.

- Basho

**'உண்ணியும் பேனும் கடித்து விழித்திருக்க
இரவு முழுவதும் ஒரு குதிரை சிறுநீர் கழிக்கிறது
என் காதுக்கு அருகில்'.**

- பாஷோ

முகா தன்மையுடைய, நமது தமிழகக் கவிஞர் பிருந்தா சாரதி அவர்களின் ஹைக்கூவை பார்ப்போம்.

பிருந்தா சாரதியின் தரிசனம்

'வானில் பறந்தபடியே
ஏரியில் நீந்துகின்றன
பறவைகள்'.

இந்த ஹைக்கூ, அட! என ஆச்சரியப்படவைக்கும். சுட்டுவிரல் நீள சொட்டு ஹைக்கூ. இந்த ஹைக்கூ, ஒரு அமைதித்தன்மையைக் குறிக்கிறது.

கிகோ - KIGO

ஹைக்கூவின் சிறப்பே கிகோதான் (kigo). கிகோ என்றால், ஒரு பருவத்தைக் குறிக்கும் ஒரு சொல். ஏரியில் நீர் இருக்கிறது என்பதும், காற்றடி காலமாக இல்லை என்பதும், பறவைகளின் பறத்தலும், வசந்தகால பருவ நிலையைக் குறிப்பிடுகிறது.

வசந்த காலத்திற்கான பறவைகள் நாரை, புறா, கரிச்சான் குருவி போன்றவை ஆகும். நாரைகள், குறிப்பிட்ட உயரம் வரை நீர்நிலையின்மீதும், வயல்களின்மீதும் பறக்கும் இயல்புடையன.

காலப் பகுப்பு, உயிரினப் பகுப்புகள் ஆகியவற்றை தெளிவாக்குகிறது, ஹைக்கூ.

முதல் வரியில், வான் என்பது உயரத்தையும் இரண்டாவது வரியில், ஏரி என்பது பள்ளம் என்கிற (ஏரியை, பள்ளம் என்றும் அழைப்பர்) எதிர்ப்பதமான முரணையும் கொண்டுள்ளது.

வானில் பறந்துகொண்டே ஏரியில் எப்படி நீந்தமுடியும் என்ற கேள்வியுடன் தொடர, மூன்றாவது வரியில் எதிர்பாராத மின்வெட்டாய் 'பறவைகள்' என வியக்கவைக்கிறார் கவிஞர்.

காலம், முரண், மின்வெட்டாய் ஒரு திருப்பம், வாழ்வியல், ஞானம் எனப் பல தளங்களிலும் பயணிக்கிறது ஹைக்கூ.

பார்வை-1

ஏரியின் சலனமற்ற நீர் என்பது அமைதிக்கான குறியீடு. மனம் அமைதியடையும்போது அகமும் புறமும் ஒருமைப்பட்டு நிற்கும்.

புறமென்பது வானில் பறக்கும் பறவையெனில், அகமென்பது ஏரியில் நீந்தும் பறவைகள்.

அமைதியடையும்போது கிட்டாததும், எட்டாததும் கை வந்து சேரும்.

முக்தி, நிர்வாணம் போன்றவை எல்லாம் எதிர்காலம்.

இறந்தகால, எதிர்காலச் சிந்தனைகள், வாழ்வெனும் பெரும் நீர்நிலையில் ஓயாத அலைகளை உருவாக்கிக்கொண்டே இருக்கின்றன.

அலையாடும் நீர்நிலையில் நிகழ்கணத்தின் பேரமைதி இருப்பதில்லை. கலங்கிய நீர் வட்ட வட்டமாய், முன்னும் பின்னுமாய் அலைய, அமைதி எனும் மய்யம் தொலைந்துவிடும்.

அமைதியைத் தேடி புத்தர், பல்வேறு குருக்களிடம் செல்கிறார், அவர்கள் சொல்வதை மிகக் கீழ்ப்படிதலுடன் செய்கிறார். அவர்களோ முக்தியை, நிர்வாணத்தை போதிக்க... நிறைவடையா மனநிலையில் திரும்பிவிடுகிறார்.

தனிமையில் அமர்ந்து இந் நொடியில், இந்தக் கணத்தில் மட்டும் நான் இருக்கிறேன் எனும் தியான நிலையில், மற்ற சிந்தனைகளை உதற அவர் தேடிய ஞானம் கிடைக்கிறது. அத்தகைய ஒருமை மனநிலையில், ஞானத்தை அடைந்த மகிழ்ச்சிதான் இன்றைய ஹைக்கூ.

குழம்பிய குட்டையில் மீன் வேண்டுமெனில் பிடிக்கலாம், ஸென் எனும் ஞானத்தை தூண்டிலில் பிடிக்க வட்டமற்ற, சலனமற்ற நீர்ப்பரப்பு வேண்டும்.

சலனமற்ற மனநிலையில் நிகழ்கணத்தில் வாழ்ந்தால் மட்டுமே, ஒரு கண்ணாடிபோல் தெளிவான மனம் எதைப் பெறுகிறதோ அதை, தன்னுள் தங்கவிடாமல் பிரதிபலித்துவிடும். மீண்டும் ஏதுமற்ற புனிதநிலைக்குத் திரும்பிவிடும்.

'பறந்தபடியே' என்ற சொல்தான், நீரின் அமைதியான நிலையை உறுதிப்படுத்துகிறது. அவ்விடத்தை பறவைகள் கடந்தபின் நீர்நிலை ஏதுமற்ற உயர்நிலையான தன் நிலைக்குத் திரும்பிவிடும் என்ற மிகப்பெரிய தத்துவத்தை மிக எளிதாக சொல்லிக் கடக்கிறது ஹைக்கூ.

மீண்டும் படியுங்கள், இன்னும் பல செய்திகள் விரியலாம்...

'வானில் பறந்தபடியே
ஏரியில் நீந்துகின்றன
பறவைகள்'.

இந்த ஸென் நிலை, எதையும் மாற்றிவிடாமல் காட்சியைக் காட்டுகிற அமைதியான நீர்ப்பரப்பின்மூலம் காட்டிவிடும் இந்த ஹைக்கூ, ஒரு புத்த நிலை.

சுவாரஸ்ய செய்தி

பாஷோ என்றால் என்ன பொருள் தெரியுமா? பாஷோ என்றால் வாழைமரம் என்று பொருள். மாட்சுவோ வாழ்ந்த வீட்டருகே வாழை மரம் இருந்ததால் மாட்சுவோ பாஷோ என்று அழைக்கப்பட்டார். வரலாற்றில் பாஷோ என்ற பெயரே தங்கிவிட்டது.

2

நதியில் மிதந்து செல்கிறது
பழுத்த இலை
நிறைவான பயணம்

இலையுதிர் காலத்தில், வசந்த காலத்தை எழுத முடியாது, ஹைக்கூவால்.

அதேபோல், ஒரு நாட்டில் எழுதப்படும் ஹைக்கூ, இன்னொரு நாட்டிற்கு அதே நாளில் பொருந்தாது. ஆனால் குறிப்பிட்ட பருவகாலம் வரும்போது பொருந்தலாம்; பொருந்தாமலும் போகலாம்.

நெருஞ்சிப் பூவைக் கண்டு ஒரு ஹைக்கூவை தமிழ்நாட்டில் இருக்கும் ஒருவரால்தான் எழுதமுடியும். கங்காருவைக் கண்டு ஆஸ்திரேலியாவில் இருக்கும் ஒருவர்தான் எழுதமுடியும். சுருக்கமாகச் சொல்லவேண்டுமெனில், கற்பனையில் எந்த ஹைக்கூவையும் எழுதிவிட முடியாது.

இலையும், சருகும், பூவும், காயும், கனியும் சொல்லும் பாடங்கள் ஏராளம். அவற்றை காட்சிகளாக மட்டும் கண்டு கடந்துவிடாமல், காலத்திற்குமான ஞானச் சாற்றினை அதில் ஊற்றி, சுருங்கச்சொல்லி வியப்புக்கொள்ளவைக்கும் அற்புதம்தான், ஹைக்கூ. காலத்தைப் பேசுகிற, காலத்தோடு பேசுகிற ஒரு உன்னத தியான நிலைதான் ஹைக்கூ.

கவிஞர், காலத்தோடு பேசுகிற அந்த ஒரு நொடிதான் காலகாலத்திற்கும் வாசகப் பரப்பில் ஞான மலரென மணம் வீசும். பற்றற்ற ஒரு கணம், ஓராயிரம் சுடர்களை ஏற்றிவைத்துவிடும்

ஆற்றலுடையது. அவ்வித கணம் வாய்க்கப்பெற்றால் கையில் கனியென வீழும் ஹைக்கூ.

'மனிதன் பற்றுகின்ற பொருள்களெல்லாம் அவனை பற்றிப் பிடித்துக்கொள்ளும். பற்றிவிடுங்கள். பற்றியவை பற்றற்றுப் போகும்'.

-மிர்தாத்

ஷின்டோ (Shinto)

ஷின்டோ *(Shinto)* என்பது இயற்கையை மதித்தல், இயற்கையில் கரைதல். நிகழ்வில் வாழ்தல்.

மனிதத்தன்மைக்கும் இறைத்தன்மைக்குமான நுழைவாயில். உற்றுக் கவனிக்கவேண்டும், இறைவனுக்கு அல்ல... இறைத்தன்மைக்கான நுழைவாயில். இயற்கையை தெய்வமாக அங்கீகரித்து 'கமி' எனப் பெயரிட்டனர். தமிழர்களும் இயற்கையைத் தெய்வமாக வணங்கியவர்கள்தாம்.

இறைத்தன்மை என்பது அமைதி, ஆனந்தம், கருணை, பற்றற்று இருத்தல். இத்தன்மையை அடையவேண்டும் எனில், இயற்கையிடம் சரணாகதி அடையவேண்டும். இயற்கையைப் போற்ற வேண்டும், கொண்டாட வேண்டும்.

இயற்கையைக் கொண்டாடுபவரை, இயற்கை அரவணைத்துக் கொள்கிறது. எண்ணற்ற கதவுகளைத் திறந்துவிடுகிறது, ஞானத்தை அமுதென ஊட்டிவிடுகிறது, இயற்கையிலிருந்து வந்த ஏதொன்றும் இயற்கையில் கரைவதே பேரழகு. கரைதல் என்பது காணாமல்போவதல்ல; ஒரு நிலையில் இருந்து இன்னொரு நிலைக்கு, தன்னியல்பில் நழுவிச் செல்வதுதான் கரைதல்.

பெறுவது பற்றிய பிரக்ஞையற்று, கொடுப்பதே மகிழ்வென்பதே இயற்கை. உள்ளமைதியின் ஆனந்தமாய், பெருநடனமிடும் அலைகளின் துளியெங்கும் நிரம்பி, ஒளிர்ந்து மிளிர்ந்து வழிகிறது இயற்கையின் பேரன்பு.

இயற்கையின் பாடலைச் கேட்க வாய்த்தவரை பேரானந்தத்தால் நிரப்புவது இயற்கை. நிறைவானதிலும், நிறைவற்றதிலும் ததும்பி வழிவது இயற்கை. அத்தகைய இயற்கையில் கரைந்து ஞானச்சாறாய் மாறுவதுதான் ஹைக்கூ.

இயற்கையூட்டிய ஞான அமுதின் சில துளிகள்:

'அசைந்த மரக்கிளை
மெல்லக் கேட்கும் காற்று
உதிரப்போவது எந்த இலை'.
                    - சொசேகி

'மூங்கில் புதருக்குள்
பின்னிரவு நிலவு ஒளிரும்போது
ஒரு குயில் அழுகிறது'.
                    -பாஷோ

'உதிர்ந்த செர்ரி இதழ்
அதன் கிளை வரை மீண்டும் பறக்கிறது
ஓ, ஒரு பட்டாம்பூச்சி!'
                    -பாஷோ

பிருந்தாசாரதியின் தரிசனம்

'நதியில் மிதந்து செல்கிறது
பழுத்த இலை
நிறைவான பயணம்'.

கிகோ - KIGO

நதியில் மிதந்துசெல்கிறது என்ற வரியின்மூலம், நீர் என்ற வார்த்தையைக் குறிப்பிடாமல் நீரோட்டத்தை உணர்த்தியிருப்பது ஒரு சிறப்பு.

நதியில் நீரோட்டம் இருப்பதால் மழைக்கால மழையோ, கோடை மழையோ, இலையுதிர்கால மழையோ ஏதாவது ஒரு மழையால் அந்த நீரோட்டம் என யோசிக்கும்போதே... 'பழுத்த இலை' என்ற இரண்டாவது வரி, இலையுதிர்கால மழையால் வந்த நீரோட்டம் என்பதை உறுதி செய்கிறது.

இலையுதிர் காலம் (ஆகஸ்ட், செப்டம்பர், அக்டோபர்) என காலப் பகுப்பும், இலையுதிர்கால மழை என்பது வானியல் நிலையையும் தெளிவாகச் சொல்வதோடு, பழுத்த இலை

என்பதன்மூலம் இலையின் நிறம் உறுதி செய்யப்படுகிறது. காய்ந்த கிளை என்பது, இலையுதிர் காலத்திற்கான அறிகுறி. மூன்றாவது வரியில் மின்வெட்டுத் திருப்பமாய் 'நிறைவான பயணம்'.

இயற்கை சொல்லும் ஞானப்பார்வை

காலம் காலமாக இயற்கையை தோழியாக, தோழனாக இன்னும் பல நிலைகளில் பாவித்து உரையாடுவதும், கவிதை எழுதுவதும் நிகழ்ந்துகொண்டே இருக்கிறது.

ஏனெனில் இயற்கை, இடையறாது ஒரு வாழ்வியல் தத்துவத்தை போதித்துக்கொண்டே இருக்கிறது. அதிகாலை முதல் அந்தி வரை ஏதோ ஒன்றை நிகழ்த்திக்கொண்டே இருக்கிறது. காட்சிகளை கவனிப்பவர்களுக்குச் சட்டென்று இயற்கை, ஞானத்தை தரிசனமாக கொடுத்துவிடுகிறது. திறக்காத பல மனக்கதவுகள் திறந்துகொள்கின்றன.

மனிதன் தீராத பற்றுடையவன், பிரிவை ஏற்றுக்கொள்ள முடியாதவன். இயற்கையோ கூடலையும், பிரிவையும், ஆனந்தமாக நடனம் ஆடுவதையும், அடித்து துவம்சம் செய்வதையும் எல்லாவற்றையும் தன் அங்கமாகக் கொண்டிருக்கிறது.

உதிரும் இலைகள், மௌனமாய் வாழ்வியல் பாடத்தை யுகயுகமாய் சொல்லிக்கொண்டே இருக்கின்றன. ஒவ்வொரு புல்லிலும், புள்ளினத்திலும், பறவையின் சிறகசைப்பிலும், அலையிலும், பிரபஞ்சம் உயிர்த்துக்கொண்டே இருக்கிறது. காணக் கிடைத்தவர்கள் பாக்கியவான்கள்.

பழுத்த இலை, மரத்தை விட்டு உதிரும்போது வலியை விட்டுச் செல்வதில்லை. மரமும் அழுவதில்லை. ஒரு பற்றற்ற நிலையில் மரமும் இலையும் அழகாக விலகிக் கொள்கின்றன. மீண்டும் தன் கருவறை நோக்கிப் பயணிக்கிறது. எனில், அது முழுமையான பயணமாக, நிறைவான பயணமாகத்தானே இருக்கும்.

ஓஷோ சொல்கிறார்:

பழுத்து உதிரும் இலை அழகில்லையா? ஏன் இல்லை? அதுவும் அழகுதான். அந்த இலை இலையுதிர் காலத்தை வாழ்கிறது. மனித மனம்தான் அதை இறத்தலோடு ஒப்பிடுகிறது. பசுமையாகக்

கிளையில் இருந்தபோது வசந்த காலத்தை வாழ்ந்தது; இப்போது இலையுதிர் காலத்தை வாழ்கிறது. இன்னும் எளிமையாகச் சொல்லவேண்டும் எனில் இறத்தலை வாழ்கிறது.

பிறப்பு, இறப்பு போன்ற எண்ணமெல்லாம் இலைக்குக் கிடையாது. எங்கிருந்து வந்ததோ அங்கேயே திரும்பிச் செல்கிறது. மீண்டும் புத்துணர்ச்சியுடன் வரும். பூமியிலிருந்து வந்தது. எழுந்து வான் வரை சென்று விளையாடி, மகிழ்ந்து, மீண்டும் ஓய்வெடுக்க மண்ணிற்கே செல்கிறது.

இறப்பு என்பதை மனிதன்தான் கண்டுபிடித்தான். ஏனெனில், அவனுக்கு அகம் (ego) உள்ளது. அதை அழிக்க வேண்டும். ஆனால் இயற்கைக்கு இறப்பு என்ற ஒன்றே கிடையாது.

இப்போது, மீண்டும் கவிஞர் பிருந்தா சாரதி அவர்களின் ஹைக்கூவை படியுங்கள்.

'நதியில் மிதந்து செல்கிறது
பழுத்த இலை
நிறைவான பயணம்'.

பாஷோவின் 'ஷின்டோ ' தன்மையான இயற்கையில் கரைந்து, ஓஷோ சொல்லும் நிறைவான பயணத்தை மேற்கொள்கிறது அல்லவா. நதியில் மிதந்துசெல்லும் பழுத்த இலை? இந்த ஹைக்கூ, பாஷோ மற்றும் ஓஷோவின் சிந்தனைகளுக்கு மிக நெருக்கமாக அல்லது ஒத்ததன்மையுடன் அமைந்திருப்பது ஒரு வியப்பைத் தருகிறது.

இலையின் உதிர்தலையும், மிதத்தலையும் கவியாக்கும் ரசனைதான் ஹைக்கூ. கவிதையின் காலம் இலையுதிர் காலமாக இருக்கவேண்டும். ஜப்பானில் ஹைக்கூ என்பது, இலையுதிர் காலத்தில்தான் அதிகம் பாடப்பட்டிருக்கிறது என்பதும் குறிப்பிடத்தக்கது. பேரமைதியின் பரவசத்தை வெளியெங்கும் நிறைக்கிறது இயற்கை. அதன் நறுமணம், மனங்களில் கருணையாய் நிரம்புகிறது.

அரச இலையின் தாமிர நிறத்தை, ஓங்கி வளர்ந்த மருதின் பூவை, சலசலத்தோடும் நீரின் குளுமையை, ஆர்ப்பரிக்கும் கடலின் அலையை, அசையாது நிற்கும் மலையை, ஒரு பெரும் மரத்தைக்கண்டு லயித்து, அந்தக் காட்சியில் தொலைபவருள் சட்டென்று ஞானத்தைக் கிளைவிடச் செய்கிறது இயற்கை.

வனமாய், கடலாய், வானமாய் ஏதுமற்று எல்லாமேந்தி ஸ்படிக சுத்தமாய் ஓடும் நீரில் மௌனித்துக் கிடக்கும் கூழாங்கல்லென வெறும் பார்வையாளராய் கிடப்பவரைக் கிறங்கடித்து, ஒரு சொட்டு ஞானப்பாலை ஊட்டிவிடும். அந்த ஒரு சொட்டு ஞானப்பால்தான் இந்த ஹைக்கூ. சுவையுங்கள். வாழ்வு நிறைவான பயணமாகும்.

இலக்கியப் பார்வை

கோவலனும், கண்ணகியும், கவுந்தியடிகளும் மதுரை நகரின் புறஞ்சேரிக்குச் சென்றதைக் கூறும் சிலப்பதிகார ஆசிரியர்,

அருமிளை யுடுத்த அகழிசூழ் போகிக்
.. ..
... ...
போருழந் தெடுத்த ஆரெயில் நெடுங்கொடி
வாரலென் பனபோல் மறித்துக் கைகாட்டப்
புள்ளணி கழனியும் பொழிலும் பொருந்தி
வெள்ளநீர்ப் பண்ணையும் விரிநீ ரேரியும்
காய்க்குலைத் தெங்கும் வாழையும் கமுகும்
வேய்ந்திரட் பந்தரும் விளங்கிய விருக்கை
அறம்புரி மாந்த ரன்றிச் சேராப்
புறஞ்சிறை மூதூர் புக்கனர் புரிந்தென் -என்கிறார்.

புறஞ்சேரிப் பகுதியில், காவறகாட்டின் மரங்களடர்ந்த நிலையும், பொழில் வளமும், அகழியின் அமைப்பும், கொடிகள் பறக்கும் மதிலின் நெடுமையும் இப்பகுதியால் தெரியக் கிடைக்கின்றன.

முக்கூடற்பள்ளு பாடலில் இளையபள்ளி, தன் நாட்டு வளத்தைப் பாடும் பாடலை நினைவூட்டுகிறது, இந்த ஹைக்கூ.

பங்க யந்தலை நீட்டிக் குரம்பினிற்
பச்சை இஞ்சியின் பார்சடை தீண்டும்
தங்கும் இஞ்சியும் மஞ்சட் கழுத்தைத்
தடவி மெள்ளத் தொடும்அந்த மஞ்சள்
அங்க சைந்திடும் காய்க்கதிர்ச் செந்நெல்
அளாவி நிற்குமச் செந்நெலு மப்பால்
செங்க ரும்புக்குக் கைதரும் போல்வளர்
சீவல மங்கைத் தென்கரை நாடே.

-இளையபள்ளி

வயலில் பூக்கும் தாமரை, தன் தலையை நீட்டி கரம்பு நிலத்தில் இருக்கும் இஞ்சி, மஞ்சள் ஆகியவற்றின் கழுத்தைத் தடவிக் கொடுக்கும். மஞ்சள் அசையும்போது விளைந்திருக்கும் நெல்லைத் தொடும் நெல்லம் பயிர் கரும்புக்குக் கைத்தாங்கலாக வளரும். இப்படிப்பட்ட வளம் மிக்கது சீவலமங்கைத் தென்கரை நாடு.

சங்க இலக்கியங்கள்மூலம் நீர்நிலைகளின் அருகில் இருந்த கனி மற்றும் கழனி வளங்களைச் சொல்லி, ஊரின் வளமையைக் கூறுதல் வழமையாய் இருந்திருக்கிறது. அவ்வண்ணமே ஹைக்கூ, இந்நாளிலும் நீர்நிலையை தொட்டாற்போல் மரங்கள் இருப்பதும் சொல்லப்பட்டிருப்பதன்மூலம் அவ்விடத்தின் வளமையும், நதியோர கரை மண் சரியாதிருக்க மரங்கள், செடி, கொடிகளை வைத்தல் தமிழர்களின் அறிவுக்குச் சான்று.

இக்காலத்தில் நகர்ப்புற நீர்நிலைகளின் கரைகளில் TURFING செய்வது கடைப்பிடிக்கப்படுகிறது. சுனாமி போன்ற ஆழிப்பேரலை காலங்களில் VELOCITY OF WATER ஐ குறைக்கும்பொருட்டு, கடலோரங்களில் அலையாத்திக் காடுகள் வளர்த்த பெரும் அறிவியலுக்குச் சொந்தக்காரர்கள், நம் முன்னோர்கள்.

ஒரு ஹைக்கூவில், இவற்றையெல்லாம் ஒரு வாசகன் உணர்வதே ஹைக்கூ வாசிக்கும் முறை என்பதை, பல்வேறு ஜப்பானிய ஹைக்கூ ஆய்வு நூல்களும் கூறுகின்றன.

இப்போது மீண்டும் கவிஞர் பிருந்தா சாரதி அவர்களின் ஹைக்கூவைப் படியுங்கள்.

நீளமான நதி ஓடும் அளவிற்கு நீரும், பழுத்த இலைகள் வருமளவு, பெரிய மரமும் கொண்ட நதிக்கரைகள் காட்சியாக விரிய, வருங்காலத்திலும் அதைக் காக்கவேண்டிய கடமையுணர்வை ஊட்டுகிறது ஹைக்கூ.

மேலும் நீர்த்தாவரங்கள், நீரில் விழும் தாவரங்களால், நீரின் தரத்தில், சுவையில் ஏற்படும் மாற்றங்கள், அதன் விளைவுகள் எனப் பல்வேறு செய்திகளும் விரிகின்றன.

'நதியில் மிதந்து செல்கிறது
பழுத்த இலை
நிறைவான பயணம்'.

ஓஷோவின் குட்டிக் கதை.

ஒரு பெண் சிங்கம், மலையின் உச்சியில் ஒரு பாறையில் இருந்து இன்னொரு பாறைக்கு குதித்துச் சென்றுகொண்டிருந்தது. அங்கு இரண்டு பாறைகளுக்கு இடையே ஆட்டு மந்தை ஒன்று சென்றுகொண்டிருந்தது.

அந்தப் பெண் சிங்கம் கருவுற்றிருந்தது. எனவே அது, குதிக்கும்போது குட்டி போட்டுவிட்டது. அது, ஆட்டு மந்தைக்கிடையே விழுந்ததால் அந்தக் குட்டி, அந்த ஆடுகளில் ஒன்றாகவே வளர்ந்து வந்தது. அது வளர வளர மற்றவற்றில் இருந்து தனது தோற்றம் மாறுபட்டு இருந்தும் தன்னை இயற்கையின் விநோதம் என்று எண்ணிக்கொண்டது. சைவமாகவே இருந்தது. ஆடுகளும் தங்களோடு இருக்கும் சிங்கத்தைக் கண்டு அஞ்சவில்லை.

ஒருநாள், ஒரு கிழட்டுச் சிங்கம் இரை தேடிக்கொண்டு ஆட்டு மந்தை அருகில் வந்தது. ஆடுகளோடு நின்ற இளம் சிங்கத்தைக் கண்டதும் அதனால் நம்பமுடியவில்லை. கிழட்டுச் சிங்கம் இரையை மறந்தது. ஆட்டு மந்தையைப் பின்தொடர்ந்தது. கிழட்டுச் சிங்கத்தைக் கண்டு இளம் சிங்கம் பயந்து ஓடியது. இறுதியில், இளம் சிங்கத்தைப் பிடித்துக்கொண்டது கிழட்டுச் சிங்கம்.

"தயவுசெய்து, என்னுடைய கூட்டத்தாருடன் என்னைப் போக விடு" என்று புலம்பியது, இளம் சிங்கம்.

அந்தக் கிழட்டுச் சிங்கம் அதை விடாமல் பக்கத்தில் இருந்த ஏரிக்கு அழைத்துச் சென்றது. அங்கு நீர் எவ்விதச் சலனமும் இல்லாமல் கண்ணாடிபோல் இருந்தது. அந்த நீர்நிலையில் இளம் சிங்கத்தை, அதன் உருவத்தைப் பார்க்கும்படி செய்தது கிழட்டுச் சிங்கம்.

இளம் சிங்கம் மாற்றமடைந்தது. தன்னை யார் என்று கண்டுகொண்ட அந்த வினாடியில் பெரிதாக கர்ஜித்தது. அந்த கர்ஜனையை அந்தப் பள்ளத்தாக்கு எதிரொலித்தது. அதுவரை தன்னை ஆடாக எண்ணிக்கொண்டிருந்த சிங்கத்திற்கு உண்மை விளங்கிவிட்டது.

"என்னுடைய வேலை முடிந்துவிட்டது. இனி, நீதான் சிந்திக்க வேண்டும். நீ ஒரு ஆட்டு மந்தையோடு மீண்டும் போக விரும்புகிறாயா?" என்று கேட்டது, கிழட்டுச் சிங்கம்.

அந்த இளம் சிங்கம், "என்னை மன்னித்துவிடுங்கள். இவ்வளவு நாள், நான் யார் என்பதை முழுவதுமாக மறந்துவிட்டேன். இப்போது உணர்ந்துகொண்டு விட்டேன். உங்கள் உதவிக்கு மிக்க நன்றி" என்று கூறியது.

இதன்மூலம் ஓஷோ சொல்வது.

நாம் சிங்கமாக இருந்தாலும், சிங்கம்தான் என்பதை அறிந்துகொள்ளாமல் தினசரி வாழ்க்கையில் உழன்றுகொண்டிருக்கிறோம். நாம் ஒவ்வொருவருமே ஞானம் பெறத் தகுதியானவர்களே... ஞானியாகும் வாய்ப்புள்ளவர்களே என்பதை உணரும் கணத்தில் இயற்கை நம்மை நமக்கு அறிமுகப்படுத்திவிடும்.

இயற்கையை குருவாக ஏற்றுக்கொள்ளும் அக்கணம் முதல் வாழ்வு சுமையற்றுப் போய்விடும்.

நதியில் மிதக்கும் பழுத்த இலைபோல் நிறைவான பயணத்தை இயற்கை பரிசளித்துவிடும்.

சுவாரஸ்ய செய்தி

கியோத்தோ என்றொரு பிரபலமான நகரம். அங்கு பல வழிபாட்டுத் தலங்கள் உண்டு. அதிலொன்று, அழகான பூங்காவில் அமைந்துள்ளது. பொதுவாக, கோவிலென்றால் மதில் இருக்கும், கோபுரம் இருக்கும். ஆனால் இந்த வழிபாட்டுத்தலத்தில் இருப்பதென்னவோ அழகான வாயிலொன்றுதான். முதலில் பார்ப்பவர்களுக்கு இவ்வளவுதானா? என்ற கேள்வி எழும். அவ்வளவுதான்! அந்த வாயில் இருப்பதால்தான் உள்ளும், புறமும் பரந்து விரியும் பிரபஞ்சத்தையே கோவிலாக தரிசிக்கும் ஒரு உணர்வு உருவாகிறது. ஜப்பானியர், 'வெளி'யைக் கையாள்வதில் கொண்டுள்ள திறத்திற்கு இது ஒரு நல்ல சான்று. மீவா என்றொரு ஏரி. ஜப்பானிலேயே பெரிய ஏரி. அதன் கரையிலும் இப்படியானதொரு வாயில். அங்கு நின்றுகொண்டுதான் ஹைக்கூவின் பிதாமகர் மட்சுவோ பாஷோ, தன் ஹைக்கூவை எழுதியிருக்கிறார்.

3

உடைந்த நிலா முழு நிலாவாகிறது சலனம் அடங்கும் குளம்

ஹைக்கூவில், தத்துவ வெளிப்பாடு இருக்கும். எனினும் விழிப்புணர்வுநிலைதான் அதன் அடிப்படை. இருப்பை (Existence) உணரவும் உணர்த்தவும் இரண்டே வழிதான் உள்ளன. ஒன்று தத்துவம், இன்னொன்று கவிதை.

ஸென் தன்மை என்பது பரிசுத்தமான கவிதை.

ஓஷோ சொல்கிறார். 'கவிதை, உங்களை தியான நிலைக்கு இட்டுச் செல்லவில்லை என்றால், அது கவிதையே அன்று'. நீங்கள் நல்ல மொழிப் புலமை உள்ளவராக இருக்கலாம். நல்ல யாப்பு வல்லுநராக இருக்கலாம். நல்ல இலக்கண மேதையாக இருக்கலாம். கவிதை புனைவது பற்றிய விதிகள், உத்திகள் எல்லாம் உங்களுக்கு அத்துப்படியாக இருக்கலாம். என்றாலும், நீங்கள் ஒரு கவிஞரல்லர். காரணம், கவிதை அடியாழத்தில் தியானமாக இருக்கிறது.

ஓஷோ கூறுவதுபோல்... தியான நிலைக்கு அழைத்துச்செல்லும் ஒரு ஹைக்கூவைதான் இன்று பார்க்கப் போகிறோம்.

'வழி
வானத்தில் இல்லை
இதயத்தில் உள்ளது'.
                            - லாவோ துஸ் (Lao Tuz)

சுகிமி (Tsukimi)

சுகிமி (Tsukimi) என்றால், நீர்நிலையில் நிலவின் பிம்பத்தைப் பார்த்தல். இமை கொட்டாமல் நிலைவைப் பார்த்து நிலவின் பிம்பத்தின் அழகில் கரைதல்.

நாளடைவில், இலையுதிர் கால இரவில் நிலவைப் பார்க்கும் ஒரு விழாவாக சீனாவிலிருந்து நாரா மூலமாக ஜப்பனுக்கு அது பரவிற்று. இந்தியாவிலும் நிலவு பார்க்கும் நிகழ்வுகள் நிறைய இருக்கின்றன. புத்த பூர்ணிமா, பௌர்ணமி (சித்ரா பௌர்ணமி), நிலாச் சோறு எனப் பல்வேறு நிலவுசார்ந்த நிகழ்வுகள் உண்டு.

நிலவின் ஒளிக்கும், கடலின் அலைக்கும், மனித மன மாற்றங்களுக்கும் தொடர்பு இருப்பதாகக் கண்டறியப்பட்டுள்ளது.

நிலாவின் ஒளிக்கீற்றின் சிதறல்கள் சில...

'நடுங்கும் குளிர்காற்று
எவருமில்லை துணை
மிதக்கும் வான் நிலவு'.
— மீ.செட்சு

'ஒரு வழியாய் கடைசியில் கிளம்புகிறேன்
மழையற்ற வானில் ஒரு குளிர்நிலா
பரிசுத்தமானது என் இதயம்'.
— சென்செகி

'மாலை நிலவு
பிளம் மலர்கள் விழத் தொடங்குகின்றன
வீணைமீது'.
— ஷிக்கி

'இன்றிரவு
எனக்குத் தூங்க நேரமில்லை
நிலா பார்க்கும் விழா'.
— பாஷோ

'இலையுதிர்கால முதல் நாள்
என் இதயம் காட்டுக்குள் துள்ளுகிறது
ஆ! முழு நிலவு'.
— பாஷோ

பிருந்தா சாரதியின் தரிசனம்

"உடைந்த நிலா
முழு நிலாவாகிறது
சலனம் அடங்கும் குளம்".

KIGO-கிகோ

இலையுதிர்காலம்
ஆகஸ்ட், செப்டம்பர், அக்டோபர்.
இலையுதிர் காலத்திற்கான தட்பவெப்ப நிலைப்பாடுகள் ஒளிரும் நிலவு, நீண்ட குளிர் இரவு.

வானியல் நிலை
அறுவடை நிலவு, நிலா பார்த்தல்.

முழுநிலா எனும் சொல், ஒளிரும் நிலவையே குறிக்கிறது என்பதை உறுதிசெய்வது சலனம் அடங்கும் குளம் என்ற வரிதான். ஒளிரும் நிலவுதான் குளநீரில் பிரதிபலிக்கும். நிலா பார்த்தல் என்பது, சுகிமி எனும் ஜப்பானிய விழா என்பது குறிப்பிடத்தக்கது.

சுகிமி (நிலா பார்த்தல்) செப்டம்பர் - அக்டோபர் மாதத்தில் ஆறு நாட்களுக்கு ஜப்பான், சீனா, இலங்கை மற்றும் கம்போடியா நாடுகளில் கொண்டாடப்படும் விழாவாகும். இலையுதிர்கால மழை பெற்றதற்கான அறிகுறியாக 'சலனம் அடங்கும் குளம்' என்ற வரி மேலும் கிகோவை வலுவூட்டுகிறது.

ஞானப் பார்வை
முக்கியமாக கவனிக்கவேண்டிய காட்சி. கவிஞர் பிருந்தா சாரதியின் இந்த ஹைக்கூ 'சுகிமி' தன்மையை மிகச் சரியாக, நீர்நிலையில் நிலவின் பிம்பமாகக் காட்டி அதிலொரு தியான நிலையையும் இறக்கிவைத்துள்ளது.

ஓஷோ சொல்கிறார்: புல்லின் மேல் பனித்துளி, எப்படி அந்தப் புல்லை எடுத்துக் கொள்ளாமல், மிக இயல்பாக தானே மறைகிறதோ அதேபோல, ஒரு கணத்தில் இருந்து அடுத்த கணத்துக்கு மிக மிக இயல்பாக நழுவிச் செல்வர், விழிப்புணர்வு மிக்கவர் என்று.

பொகூஜூ என்ன சொல்கிறார் என்றால், நீங்கள் எந்தப் பிரச்சனையையும் அமைதிப்படுத்த முயற்சி செய்யாமல் இருப்பதே

நல்லது. ஏனெனில், எந்தப் பிரச்சினைக்கும் முடிவான முடிவை யாரும் கண்டிருப்பதாகத் தோன்றவில்லை. மேலும் இந்தப் பிரச்சினையை தீர்க்க முயல்வதாக நினைத்து மீண்டும், மீண்டும் அதை அமைதியடைய விடாமல் செய்துவிடுகிறீர்கள்.

காத்திருங்கள், ஒரு சீடனைப் போல காத்திருங்கள்... அந்தக் கணம் இன்னொரு கணத்திற்கு இயல்பாக நழுவிச் செல்லும் வரை காத்திருங்கள்.

மீண்டும் ஓஷோவிடம்தான் செல்லவேண்டியிருக்கிறது. ஏனென்றால் ஸென், ஹைக்கூ இரண்டையும் ஓஷோவைப் போல் கொண்டாடியவர் யாருமிலர்.

தியானம் செய்யும்போது சில நேரங்களில் அமைதி நிலை நீரோடைபோல வந்துசேரும். கவனித்துக் கொண்டிரு. அமைதி நிலை நிகழ்கிறது. நான் சாட்சி மட்டுமே என்பதுபோல தொலைவில் நின்று பார்த்துக் கொண்டிரு.

சிலநேரங்களில், ஆனந்தம் நீருற்றுப் போல பொங்கி வரும். ஒவ்வொரு நாடி நரம்பிலும் பரவும். அதையும் தொலைவில் நின்று பார்த்துக் கொண்டிரு. எதையும் பிடித்துத் தொங்காதே. ஆனந்தத்தன்மை, அமைதி நிலை, பிரகாசம் ஆகியவற்றின் அலைகளை உனது வெறுமை அனுமதிக்கும்.

உன்னுடன் நீ அமைதியாக இருத்தலே அமைதி நிலை. நீரின் சலனத்தை நிறுத்த முயலாதே. மாறாக காத்திரு. ஒரு முக்தி நிலைக்குக் காத்திருப்பதுபோலக் காத்திரு.

இப்போது, மீண்டும் கவிஞர் பிருந்தா சாரதி அவர்களின் ஹைக்கூவை வாசியுங்கள்.

'உடைந்த நிலா
முழு நிலாவாகிறது
சலனம் அடங்கும் குளம்'.

குளத்தின் சலனம் தன்னியல்பாக அடங்கும் வரை காத்திரு. முழு நிலாவென முக்தி அகப்படும்.

குளம் என்பது மனம். சலனம் என்பது வெளியுலக ஆசைகள். சலனம் அமைதியடைய தெளிவை அடையலாம்.

ஹைக்கூ என்பது ஆனந்தமயமானது. புறவியல் வாழ்விலிருந்து விடுபட்டு மையத்தை நோக்கிய பயணத்தின் பெரும் அனுபவம். நிலா என்பதை அமைதியின் குறியீடாகக் கொள்ள வேண்டும். அதைத்தான் கவிஞர் இந்த ஹைக்கூவில் கையாண்டுள்ளார். மனச் சலனமற்றுப் போக, பேரமைதி நிகழும் என்பதான பெரும் பொருளை மூன்றடிக்குள் வைக்கும் பெரும் கலைதான் இந்த ஹைக்கூ. தியான நிலை கவிஞர்களுக்குள் வந்துவிடும்போது, கவிஞனைக் கேளாமலே ஒரு தென்றல் அடித்ததுபோல புதியது ஒன்றை கவிஞனுக்குள் நுழைத்துவிடுகிறது.

காலங்காலமாய் மன உணர்வுகளை சரியான சொற்களைக் கொண்டு இன்னொரு மனதிற்கு நகர்த்திவிட முடியாமல் தவிக்கின்ற கவிமனம், அந்தத் தென்றலை வார்த்தைகளில் வடித்து எடுத்து விடுகிறது. ஒரு காட்சியாக அழகியலுடன் சுருக்கமாக நிகழ்ந்துவிடும் போது அது காலத்திற்கும் நின்று விடுகிறது. ஒரு படைப்பாளியின் இயக்கமென்பது காலகாலத்திற்குமான சொற்களில் தங்கி விடுவதுதான். 'அமைதியே முழுமையடைய வழி' எனச் சொல்லும் காலத்திற்குமான ஹைக்கூதான்.

'உடைந்த நிலா
முழு நிலாவாகிறது
சலனம் அடங்கும் குளம்'.

அறிவியல் பார்வை

ஓடும் நீரில் தெளிவான பிம்பம் தெரிவதில்லையே ஏன், என்ற கேள்வி எழ... ஹைக்கூ, அறிவியல் பாடமாகிறது.

இரண்டு நிகழ்வுகள் காரணமாக, நாம் தண்ணீரைப் பார்க்கும்போது பிம்பம் தெரிகிறது. முதலில் சரியான ஒளிவிலகல் இல்லை என்பதும், இரண்டாவதாக ஒளியின் சில பகுதி பிரதிபலிக்கிறது மற்றும் சில பரவுகின்றன என்பதாலும் பிம்பம் தெரிகிறது.

எளிமைக்காக, குளத்தில் உள்ள நீரை நீரின் அடுக்குகளாகக் கருதி, ஒளியின் ஒரு பகுதி முதல் அடுக்கிலிருந்து பிரதிபலிக்கிறது, மற்றொன்று, ஒளிவிலகல் செய்யப்படுகிறது. இப்போது இந்த

ஒளிவிலகல், ஒளியிலிருந்து ஒளியின் சில பகுதி மீண்டும் இரண்டாவது அடுக்குமூலம் பிரதிபலிக்கிறது மற்றும் மீதமுள்ளவை பயனற்றவை. இந்தச் செயல்முறை தொடர்ந்துகொண்டே இருக்கிறது, இறுதியாக, மேற்பரப்பில் ஒரு படம் உள்ளது. இங்கே நடக்கும் ஒரு சுவாரஸ்யமான நிகழ்வு, ஒளி பிரதிபலிப்பிற்கும் ஒளி விலகலுக்கும் இடையே நடக்கும் குறுக்கீடு ஆகும்.

நாம் ஏதேனும் ஒரு திசையிலிருந்து ஒரு குளத்தில் பார்க்கும்போது ஒரு பிரகாசமான படத்தைக் காணலாம், இது ஒளி பிரதிபலிப்பிற்கும் ஒளிவிலகலுக்கும் மற்றும் பிற கதிர்களின் ஆக்கபூர்வமான குறுக்கீடு காரணமாக இருக்கலாம். ஆனால் வேறுசில கோணங்களில் பார்க்கும்போது, ஒரு மங்கலான படத்தைக் காணலாம், அழிவுகரமான குறுக்கீடு காரணமாக.

ஆனால் முதல் நிகழ்வுகளில், ஒளியின் ஒவ்வொரு பகுதியும் ஒளியின் அடிப்பகுதியை எட்டும்போதுகூட பிரதிபலிக்காது. எனவே, குளத்தின் அடிப்பகுதியை நாம் காணமுடிகிறது. நீர் அழுக்காக இருக்கும்போதுகூட நாம் கீழே பார்க்கமுடியாது. ஏனென்றால் தண்ணீரில் இருக்கும் அசுத்தங்கள், ஒளி ஆற்றலின் ஒரு பகுதியை உறிஞ்சி ஒளியையும் பிரதிபலிக்கின்றன. எனவே, எந்தச் சக்தியும் ஒளியில் எஞ்சியிருக்காது, அது கீழே வரை ஊடுருவி விடும்.

இந்த அறிவியல் பார்வையோடு ஹைக்கூவை வாசித்துப் பொருள் சுவைப்போம் வாருங்கள்.

'உடைந்த நிலா
முழு நிலாவாகிறது
சலனம் அடங்கும் குளம்'.

அழுக்கான குளத்தில் அசுத்தங்கள் ஒளியாற்றலை உறிஞ்சிவிடுகிறது, அதுபோலவே அழுக்காறு கொண்ட நெஞ்சில் அமைதி உறிஞ்சப்பட எதைப் பற்றியும் முழுமையாகவும், நேர்மறையாகவும் சிந்திக்கமுடியாது. கொதிக்கும் நீரில் பிம்பமே தெரியாது. கோபங்கொண்ட மனமும் அப்படியே.

சூஃபி கதை

கடவுளைத் தேடி ஒரு சூஃபி, நாடுநாடாக அலைந்து திரிந்துகொண்டிருந்தார். பல குருமார்களைச் சந்தித்தார். ஆனால் எதுவும் அவருக்குத் திருப்தியளிக்கவில்லை. இதயத்தை

அர்ப்பணிக்கக்கூடிய இடத்தை அவரால் கண்டுபிடிக்கவே முடியவில்லை. ஏமாற்றத்தோடும், நிராசையோடும் அவர், வெளியே குருவை தேடுவதை நிறுத்திவிட்டு உள்குரலைக் கேட்பது என்று முடிவுசெய்து, தனித்து இருப்பதற்காக காட்டுக்குச் சென்றார்.

அங்கு அவர், மிக அழகான தேக்கு மரக் கூட்டத்தைக் கண்டார். பழமையான, வயதான பல தேக்கு மரங்கள் ஒன்றுகூடி ஒரு கூடாரம்போல உருவாகியிருந்தன. அதன் கிளைகள் ஒன்றுடன் ஒன்று பின்னிப் பிணைந்து இயற்கையின் மழை, காற்று, வெயில் ஆகிய எல்லாவற்றில் இருந்தும் பாதுகாப்பு அளிக்கும்வகையில் உருவாகியிருந்தது.

அருகில் ஒரு ஏரி இருந்தது. அந்தக் கூடாரம் மிகவும் அமைதியானதாக, காட்டின் நடுவில் யாரும் வராத இடத்தில் இருந்தது. அவருக்கு அந்த இடம் மிகவும் பிடித்தது. அதற்கே உரியதான அழகுடன் அந்த இடம் இருந்தது. அவர் அங்கே உட்கார்ந்து தியானம் செய்ய ஆரம்பித்தார்.

வாரத்திற்கு ஒருமுறை அவர் அந்த இடத்தை விட்டு வெளியே வந்து பக்கத்து கிராமத்துக்குப் போய் கொஞ்சம் உணவு வாங்கிச் சாப்பிட்டுவிட்டு, திரும்பவும் வந்து உட்கார்ந்து தியானம் செய்ய ஆரம்பித்துவிடுவார்.

சூஃபிக்கள், கடவுளின் பெயரை திரும்பத் திரும்ப உச்சரிப்பர்.

சூஃபிக்களின் மந்திரமான இதன் பொருள், 'கடவுள் என்று யாரும் இல்லை. ஆனால் கடவுள் உண்டு'.

ஆனால் சூஃபிக்கள் இதை 'இறைவா' என்ற ஒரே வார்த்தைக்குள் சுருக்கிவிட்டனர். இதற்கு அவர்கள் கூறும் காரணம், திடீரென ஒருநாள் மந்திரத்தை உச்சரித்துக்கொண்டிருக்கும்போதே இறந்துவிடக்கூடும். அப்படி உச்சரித்துக் கொண்டிருக்கும்போதே இறந்துவிட்டால் பாதியில் கடவுள் இல்லை என்று கூறிக் கொண்டிருக்கும்போது இறக்க நேரிட்டால் நீ ஒரு நாத்திகனாக இறந்துவிடுவாய். கடைசி நிமிடத்தில் எல்லாமும் குழம்பிவிடும். எதிர்மறையாளனாகி விடுவாய். அதனால் அது ஆபத்தானது என்பதாகும்.

அதனால் அவர்கள் அந்த மந்திரத்தை முழுவதுமாகச் சொல்வதில்லை. வெறுமனே 'இறைவா' எனக் கூறுவதோடு சரி.

55 ஹைக்கூ தூண்டிலில் ஜென் / கோ.லீலா

'இறைவா'எனக் கூறிக்கொண்டே இருந்தால் கடைசி நிமிடத்தில்கூட அவர்கள் இதயம் நிரம்பி, அவர்கள் மூச்சுக்காற்றுகூட இறைவா எனக் கூறும். கடவுளின் நினைவாகவே இறப்பர். இந்த நிலையைத்தான் அவர்கள் ஜீக்குரா என்று அழைக்கின்றனர். இந்த சூஃபி, தன்னுடைய மந்திரமான 'இறைவா' என்பதை மாதக்கணக்கில் உச்சரித்துக் கொண்டேயிருந்தார்.

அவர் மிகவும் அமைதியாகவும், சாந்தமானவராகவும், தன்மையானவராகவும், மாறுவதை உணர ஆரம்பித்தார். அந்தக் கூடாரத்தைச் சுற்றி மிகவும் ஆழ்ந்த மௌனம் இருந்தது. மிகவும் அமைதியானதாக இருந்தது. அவர், தனக்குள்ளும் அந்த மௌனத்தை உணரத் துவங்கினார். அவரது இருப்பினுள்ளும் அந்த அமைதி பரவியது. ஆனால் அவர் மகிழ்ச்சியாக இல்லை. அது போதாது. முக்தி நிலை, ஞானமடைதல் அதற்கு இன்னும் வெகுதூரம் போகவேண்டும்.

வருடங்கள் கடந்தன. அந்தக் கூடாரம், ஒரு தூய்மையான இடமாக மாறிவிட்டது. தேக்கு மரங்கள் மிகவும் வளமடைந்தன. அவை புதிதாக நிறைய கிளைகள் விட்டு, இலைகள் விட்டு செழிப்படைந்தன. அந்தக் கூடாரமே அழகால் நிரம்பியிருந்தது. ஆனால் அந்த சூஃபியின் இதயம் மிகவும் வருத்தத்தில் இருந்தது. ஆனால் அவர் காத்துக்கொண்டேயிருந்தார். அவர், அவரால் செய்யக்கூடிய எல்லாவற்றையும் செய்துவிட்டார்.

அவர் தியானமும் பிரார்த்தனையும் செய்துகொண்டேயிருந்தார். பதினெட்டு வருடங்கள் கடந்துவிட்டன. ஆனால் அவர் முக்தி நிலை பெறவேயில்லை. அவர், ஆழ்ந்த மௌனத்திலும் அமைதியிலும் இருந்தார். ஆனாலும் அவர் ஞானநிலையை எட்டவில்லை. காலம் கரைந்துவிட்டது, ஆனால் எதுவும் அவருக்கு நிகழவில்லை.

இருந்ததும் போய் வெறுமையாகிவிட்டது. வெறுமை ஒருவிதமான அமைதிதான். ஆனாலும் வெறுமை வெறுமையாகவே இருந்தது. வேறு எதுவும் செய்ய வழியில்லை.

ஒருநாள் நடுயிரவில், திடீரென அவருக்கு ஒரு ஐயம் எழுந்தது. ஏனெனில் பதினெட்டு வருடங்கள் என்பது மிகவும் அதிகமானது. அவர் மிகவும் முயற்சிசெய்து பார்த்துவிட்டார். அவர், தனது முழுமனதோடு அதில் ஈடுபட்டிருந்தார். அவர் எதையும் பிடித்து வைக்கவில்லை, அப்படியும் அது நடக்கவில்லை என்றால், அது

எப்போதுமே நடக்காததுபோலத் தோன்றுகிறது. ஒரு சந்தேகம் எழுந்தது, அவர் சிந்தித்துப் பார்க்க ஆரம்பித்தார். இந்த தேக்குமரக் கூட்டம் எப்படி மழையையும், வெயிலையும் உள்ளே அனுமதிப்பது இல்லையோ, அதுபோல எனது பிரார்த்தனையையும் வெளியே போக அனுமதிப்பதில்லையோ?

இதன் கிளைகள் மிகவும் அடர்த்தியாக உள்ளதுபோல், எனது பிரார்த்தனைகள் அடர்த்தியாக இருப்பதால் உள்ளேயே நின்றுவிடுகின்றதோ? இறைவனைப் போய்ச் சேரவில்லையோ?

எப்படி சூரிய ஒளி இந்தக் கூடாரத்துக்குள் ஊடுருவ முடிந்ததில்லையோ அதுபோல, எனது பிரார்த்தனை இறைவனைப் போய்ச் சேரவில்லையோ?

இந்தக் கூடாரம் ஒரு டிராகுலா போன்றதோ, ஒரு ஒட்டுண்ணியோ என நினைத்தார். பயந்துபோய் நட்டநடு இரவில், இருளில் உடனே அந்தக் கூடாரத்தைவிட்டு தப்பியோடிவிட்டார்.

ஆனால் அதேசமயத்தில், அந்த அடர்ந்த மரக் கூட்டத்திலிருந்து வெகுதொலைவில் உள்ள சாலையில், ஒரு பிச்சைக்காரன் ஒரு நகரத்திலிருந்து இன்னொரு நகரத்திற்குப் போய்க்கொண்டிருந்தான். திடீரென அவனுக்கு காட்டிற்குள் போகவேண்டுமென்ற தீவிர வேட்கை எங்கிருந்தோ தோன்றியது. அவன், அந்த அவாவை அலட்சியம் செய்தான். காலைக்குள் அடுத்த ஊருக்குப் போய்ச் சேர்ந்தாக வேண்டும். இன்னும் பாதி தூரம்கூட போய்ச் சேரவில்லை. எதற்காக காட்டிற்குள் போகவேண்டும்? அது ஆபத்தானது, காட்டிற்குள் விலங்குகள் இருக்கும், அவனுக்கு அங்கென்ன வேலை என நினைத்தான். ஆனால் ஏதோ ஒன்று அவனை அங்கு இழுத்தது. அவனால் அதை மீறி எதுவும் செய்ய முடியவில்லை. பைத்தியம்பிடித்தாற்போல அவன் காட்டிற்குள் ஓடலானான்.

நான் என்ன செய்துகொண்டிருக்கிறேன் என அவன் நினைத்தான். ஆனால் அவனது உடல் அவனது கட்டுப்பாட்டில் இல்லாமல் அதன் போக்கில் இயங்கியது. அவன் தப்பியோட நினைத்தான். காட்டுக்குள் செல்வது மிகவும் ஆபத்தானது என அவன் பயந்தான், நடுங்கினான். ஆனால் பயனில்லை. அவன் அந்த மரக் கூடாரத்தை நெருங்கியவுடன் அவனுக்குப் புரிந்தது.

அந்த மரக் கூடாரத்திலிருந்து ஒரு மெல்லிய குரல் வந்தது. ‘‘என்னிடம் வா...’’

அது புறச் செவிகளுக்குக் கேட்காது, ஆனால் அது அவனுக்குக் கேட்டது. அந்தக் கூடாரம் நம்பவே முடியாதளவு ஜொலித்தது. அந்த முழுக் கானகமும் இருட்டில் இருக்க, இந்தக் கூடாரம் மட்டும் தனியாக நீல வண்ணத்தில் மின்னியது.

அது, ஏதோ வேறு ஒரு உலகம் போலவும், அந்த மரத்திற்கு அடியில் ஏதோ ஒரு ஞானி அமர்ந்திருப்பது போலவும், அதன் அடியில் யாரோ ஒருவர் ஞானமடைந்தது போலவும், அந்த மரத்தைச் சுற்றி ஞான ஒளியும், முக்திநிலையின் அமைதியும் பரவசமும் பரவிப் படர்ந்திருந்தது.

அவன், அந்த மரத்தைச் சுற்றி ஒரு அதிர்வலை இருந்ததை உணர்ந்தான். இப்போது அவனது பயம் போய்விட்டது. அவன் அந்த மரக் கூடாரத்தினுள் நுழைந்தான். நுழைந்த அந்தக் கணமே நிலைமாற்றமடைந்தான்.

ஒரு புதிய மனிதனாகப் பரிணமித்தான். அவனால் அவனை நம்பவே முடியவில்லை. அவன் ஒரு சாதாரண மனிதன், நல்லவனுமல்ல, கெட்டவனுமல்ல. ஒரு சராசரியான மனிதன். அன்றாட வாழ்க்கையின் சிக்கல்களில், குழப்பங்களில் ஆழ்ந்து கிடப்பவன். அவன் ஒரு ஆத்திகனுமல்ல, நாத்திகனுமல்ல.

உண்மையில், அவன் கடவுளைப்பற்றி குறிப்பாக எதையும் நினைத்தது கிடையாது. மதத்தைப் பற்றி எந்தக் கொள்கையும் கிடையாது. அவன் அதைப்பற்றி கவலைப்பட்டதே கிடையாது. வாழ்க்கையின் பல பிரச்சனைகளோடு போராடிக் கொண்டிருந்தான். ஆனால் திடீரென அந்த மரக் கூடாரத்தில் நுழைந்தவுடன் அவன் ஒரு சுழலில் சிக்குண்டான். அங்கு ஒரு மரத்தடியில் அமர்ந்தான், அவனால் நம்பவே முடியவில்லை.

அவன் அந்தவிதமாக அதுவரை அமர்ந்ததே இல்லை. அவன் ஒரு சூஃபி ஞானியைப் போல அமர்ந்தான். அவனுள் ஒரு லயம் பரவியது. அவன் இருப்பினுள் ஒரு நாதம் எழுந்தது. அவனது உள்ளிருந்து ஒரு ஓசை ஒலித்தது. என்ன நடக்கிறதென்றே அவனுக்குப் புரியவில்லை. அது ஒரு அதிசயம். இன்னவென்று அவன் அறிந்திராத ஒரு சத்தம் அவனுக்குள்ளிருந்து வெடித்துக் கிளம்பியது.

மெதுமெதுவாக, அந்த பரபரப்பு அடங்கியவுடன், எல்லாமும் அமைதிப்பட்டவுடன் அவனால் அந்த சத்தத்தைக் கேட்க முடிந்தது, அந்த ஓசை தெளிவடைந்தது, வடிவற்றது வடிவமடைந்தது, அப்போது அது என்னவென்று அவனுக்குத் தெரிந்தது. அது வேறு ஏதுமல்ல, 'இறைவன்'. இப்போது அவனையும் அறியாது அவனே அதை சொல்லத் துவங்கினான்.

அவன் அதைச் செய்யவில்லை. அவன் செய்பவனல்ல. அது நிகழ்ந்தது. அவன் ஒரு சாட்சியாளனாக இருந்து அதைப் பார்த்தான். ஏதோ ஒரு பிரபஞ்சக் கடலின் கரையில் அவன் இருப்பதைப் போலவும், பெரும் அலை வந்து அவன்மீது நீரை வாரியிறைப்பதைப் போலவும் இருந்தது.

"இறைவா..." "இறைவா..." "இறைவா..." கடலின் பிரமாண்டமான அலை கரையில் இருந்த அவனை முழுவதுமாக நனைத்துச் சென்றது. நிலை மாற்றமடைந்த அவன் பல்லாயிரம் தடவை அன்றைய இரவில் இறந்து பிறந்தான்.

பதினெட்டு வருடங்கள் அந்தச் சாதகன் அங்கே இருந்தான், எதுவும் நடக்கவில்லை. பதினெட்டு மணி நேரங்களில் அந்தப் பிச்சைக்காரன் ஞானியாகிவிட்டான். அவன் எதுவும் செய்யவில்லை.

லா வோட்ஸு, இந்தக் கதையை மிகவும் விரும்பிச் சொல்லியிருக்கிறார்.

இதன் ரகசியம் என்ன?

இது இயல்புக்கு முரணானதாகத் தெரிகிறது. பதினெட்டு வருடங்கள் முயற்சி செய்தவனுக்கு எதுவும் நிகழவில்லை, பிரார்த்தனையே செய்யாதவனுக்கு பதினெட்டு மணி நேரங்களில் எல்லாமும் கிடைத்துவிட்டது. இந்தக் கதையின் பொருள் என்ன?

லா வோட்ஸு, எப்போதும் ஒரு வார்த்தை கூறுவார். அது, "வூ வீ". அதன் பொருள், செயலற்ற செயல். செயலற்று செயல் செய்தல். செயல் செய்தலும் செயலற்றுப்போதலும் ஒருங்கிணைத்து இருப்பது. இதுதான் ரகசியம். அந்தச் சாதகன் அதிகப்படியாகச் செய்தான். அவன், தன்னை சமமாக நிலைநிறுத்திக்கொள்ளவில்லை. அவன் அதிகமாகச் செய்தது, செய்யாதது போன்றதுதான்.

வாழ்க்கை ஒரு சமன்பாடுதான். அவன் சமப்படுத்திக் கொள்ளவில்லை. அடைவதற்கான பேராசையினால், தீவிர லட்சியத்தினால், அவன் எல்லைக்கே சென்றுவிட்டான். அவன் மிகவும் ஈடுபட்டுவிட்டான். எப்போதெல்லாம் நீ மிகவும் செயல்படுபவனாக இருக்கிறாயோ, எப்போதெல்லாம் வெறும் செயல்படுபவனாக மட்டுமாக இருக்கிறாயோ அப்போதெல்லாம் இந்த உலகின் விஷயங்கள் அனைத்தும் ஒத்துவரும். ஆனால் அகஉலகின் விஷயங்கள் உனக்கு நிகழாது போய்விடும்.

ஏனெனில், நீ மிகவும் பதற்றத்தோடும், தவிப்போடும் இருப்பதால் ஏற்றுக்கொள்வதற்குரிய நிலையில் நீ இல்லை. செயலுக்கும் செயலற்றநிலைக்கும் இடையில் சமனோடு, நேர்மறைக்கும் எதிர்மறைக்கும் இடையில் சமனோடு, எல்லா இரட்டைத்தன்மைகளுக்கும் இடையில் சமமாக யார் இருக்கிறார்களோ, அவர்களால்தான் பெற்றுக்கொள்ள முடியும்.

ஆம். அதைத்தான் இன்றைய ஹைக்கூ சொல்கிறது. ஒரு சலனம் நிகழும்போது செயலற்று இரு. தானே சலனம் அடங்கி தெளிவடையச் செய்யும், கலங்கிய நீர் தெளிந்தவுடன் நிலவின் காட்சி புலப்படுவதுபோல.

இப்போது மீண்டும் படியுங்கள்.

'உடைந்த நிலா
முழு நிலாவாகிறது
சலனம் அடங்கும் குளம்'.

சுவாரஸ்ய செய்தி

சுகிமி விழா, ஜப்பானில் கொண்டாடப்படும்போது, 12 அல்லது 15 அரிசி கொழுக்கட்டைகள் போன்ற இனிப்பு ஒன்றைச் செய்கிறார்கள். கூடவே, பம்பாஸ் (Pampas) என்ற ஒருவகை புல் கதிரில் ஐந்திலிருந்து ஆறு கதிர்களையும் வைக்கிறார்கள்.

நிலாவின் உள்ளே ஒரு முயல் இருப்பதுபோல் ஒரு படமும் வைக்கிறார்கள். எதற்காக முயல் படம் வைக்கிறார்கள் என்று கேட்டால், அதற்கு ஒரு கதை சொன்னார்கள்.

நிலாவில் இருந்து ஒரு பழைய மனிதன், பூமிக்குப் பிச்சைக்காரன் வடிவத்தில் மாறுவேடத்தில் வருகிறார். குளிருக்கு

நெருப்பு மூட்டி அதைச்சுற்றி நண்பர்களான குரங்கு, முயல், நரி மூன்றும் அமர்ந்திருப்பதைப் பார்க்கிறார். மூவரில் யார் மிகுந்த அன்பு உடையவர்கள் என அறிய விரும்புகிறார். அதனால் மூவரையும் நெருங்கி, உண்ண ஏதாவது கிடைக்குமா எனக் கேட்கிறார். குரங்கு, நிறைய பழங்களைக் கொடுக்கிறது, நரி, மீனைத் தருகிறது, தருவதற்கு ஏதுமற்ற முயல், நான் இந்த நெருப்பில் குதிக்கிறேன், என் மாமிசத்தைச் சாப்பிடுங்கள் எனச் சொல்லி, நெருப்பில் குதித்துவிடுகிறது.

கொடுக்க ஏதும் இல்லை என்றாலும், தன்னையே கொடுத்த முயல்தான் மிக அன்பானது என்று சொல்லி, அந்த நிலாவிலிருந்த வந்த மனிதர் உணர்கிறார். அதனால்தான் முயலை நிலவில் இருப்பதுபோல் வரைந்துவைக்கிறார்களாம்.

4

தண்ணீர் லாரி தளும்புகிறது
பாலத்தின் கீழே
வறண்ட ஆறு

இயற்கையைப் பாடும் ஹைக்கூ, பூமியின், பிரபஞ்சத்தின் பல்வேறு இயக்கங்களைப் பற்றிய ஞானத்தை தலைமுறை தலைமுறையாகக் கடத்திவரும் ஆற்றலுடையது. இயற்கையைக் கொண்டாடுவதும், உள்ளதை உள்ளபடியே சொல்வதும்தான் ஹைக்கூவின் சிறப்பு.

பூமியின் உயிர், பூமியின் இசை எங்கிருக்கிறதோ அங்கே ஜென் தன்மையும் இருக்கும். பூமியின் உயிரைக் காப்பதும் அதைக் காக்கும்பொருட்டு தொலைநோக்குப் பார்வையுடன் சிறுசிறு கவிகள், செய்திகள் எனச் சில குறிப்புகளை இந்தப் பூமிக்கு நற்செய்தியாய் சுட்டிவிடுகின்ற தீர்க்கதரிசிகளாக இருக்கும் யாவருமே ஜென் தன்மை உடையவர்கள்தான்.

அப்படி, தொலைநோக்குப் பார்வையுடன் இந்த பூமிப் பந்திற்கும், மானுடத்திற்கும் தீர்க்கதரிசனமாக ஒரு குறிப்பு தந்திருக்கிற ஹைக்கூவைத்தான் இன்று பார்க்கப் போகிறோம்.

ஆம், ஞானத்தைத் தரும் பானத்தைப் பற்றி இன்று பார்க்கப் போகிறோம்.

ஆம்! அனைத்துக்கும் அடிப்படையான தண்ணீர் பற்றிய ஹைக்கூ.

வாழ்வின் அமுதம் (Elixir) தண்ணீர். நீர் என்பது, ஆதித் தாயுடனான தொடர்பு. வெதுவெதுப்பான நீரில் நீராடுவது,

பேரமைதியுடனான உரையாடல், உடலின் அணுக்கள் அதைக் கூர்ந்து கேட்கின்றன. ஒரு நீண்ட, சூடான குளியல் அமைதியானது மற்றும் அறிவை விரிவுபடுத்துவது. தண்ணீரில் விளையாடுவது வலியைக் கரைக்கும்.

தண்ணீருடன் இருத்தலென்பது அமைதியின் கருவறைக்கு மீண்டும் திரும்புவது. நீர் என்பது அழகான மயக்கம். ஆனால் அதுதான் தெளிவும். நீர் ஒரு கருணை, பதற்றத்தைக் கரைக்கும். ஒரு குளியல் மிகவும் இளமையாக உணரவைக்கும். குழந்தைத்தனத்தை மீட்டெடுக்கும். தண்ணீரில் விளையாடுவது எப்போதுமே ஒரு மீட்சியாக இருந்துவருகிறது. மர்மமான சிற்றோடை, குழந்தைப் பருவ தேவதையின் குரல். நீரில் நீண்ட நீச்சல் ஒரு ஆன்ம சிகிச்சை.

எத்தனை கவி பாடி அழைத்தாலும் நீருடன் மட்டுமே பேசுகிறது நிலா. எத்தனை நூற்றாண்டுகளைக் கடந்து இன்று, நம் கைகளில் தவழ்கிறாள் இந்த நீர்மங்கை. தெரியாது. ஆனால் நீரைப்போலவே நீரைப்பற்றிய ஹைக்கூக்களும் காலங்கடந்து நிற்கின்றன. மிகப் பிரபலமான காலங்கடந்தும், எல்லைகள் கடந்தும், மொழிகள் கடந்தும் நீரெனப் பாய்ந்தோடும் ஹைக்கூ.

'பழைய குளம்
தவளை குதித்தது
தண்ணீரின் சப்தம்'.
(ப்ளாப்)
- பாஷோ

17ஆம் நூற்றாண்டில் எழுதப்பட்ட ஹைக்கூ இன்றும் பேசப்படுகிறது.

The Sound of Water: Matsuo Basho and The Old Pond என்றொரு புத்தகம். இந்த ஒரே ஒரு ஹைக்கூவின்மீது சூழலியல் கண்ணோட்டத்தில் எழுதப்பட்ட புத்தகம்.

தண்ணீரின் ஒலி, சருகுகளின்மீது விழும் மழையின் சத்தம், காற்றினிடை மழையிடும் விசில் சத்தம், புயலினால் நீரோடையின் கர்ஜனை, எத்தனையோ தண்ணீரின் விதவிதமான ஒலிகள், பூமியின் இசையாய் எல்லோரின் காதுகளுக்கும் கேட்கக்கூடியவை. ஆனால் சில காதுகளே அந்த இசையை செவியுறுகின்றன.

வெகுசில காதுகளே அந்த இசையாகவே ஆகிவிடுகின்றன. அப்படித்தான் பாஷோ, பூமியின் இசையை இசைத்திருக்கிறார். பாஷோவுக்கு தண்ணீரின் சத்தம் இருந்தது. கவிஞர் பிருந்தா சாரதிக்கு தண்ணீரின் சத்தம் இல்லை.

(Basho had sound of water... But Brindha has no sound of water.)

ஆனால் பூமியின் இசையில் இசையாகிவிடும் செவிகளும், விழிகளும்தான் இந்த ஹைக்கூவை வழங்கியிருக்கின்றன.

நாளை?

'Water is more polluted by politics than by any other thing'.

ஹாய்ஜி (Haiji)

ஹாய்ஜி என்றால் வெட்கம், அவமானம் (shame) மற்றும் நளினமற்றதன்மை (Disgrace).

பொதுவாக, ஒரு மனிதனுக்கு நேரும் வெட்கக்கேட்டினைத்தான் பாடுகிறார்கள். ஆனால் மனிதனால் மனிதனுக்கு நேர்ந்த வெட்கக்கேட்டினை, இயற்கைக்கு நிகழ்ந்த நளினக்கேட்டைப் பாடுவதுதான் இன்றைய ஹாய்ஜி தன்மையுள்ள ஹைக்கூ.

'நீரில்லை நிலவில்லை'.
                            -கன்னியாஸ்திரி சியானோ.

'இந்தக் கிரகத்தில் மந்திரம் இருந்தால், அது தண்ணீரில் உள்ளது'.
- லோரன் ஈஸ்லி.

'ஆற்றின் ஓட்டம்'

'நேற்றைய பனி
அது செர்ரி மலர்களைப் போல விழுந்தது
மீண்டும் தண்ணீர்'.
                            -கோசன்

இந்த ஹைக்கூ, நீர்ச்சுழற்சியைச் சொல்லும் ஹைக்கூ.

பிருந்தா சாரதியின் தரிசனம்

*'தண்ணீர் லாரி தளும்புகிறது
பாலத்தின் கீழே
வறண்ட ஆறு'.*

கிகோ - KIGO

கோடைக்காலம்
மே, ஜூன், ஜூலை.

கோடை வெப்பம், எரிக்கும் கதிரவன், மழைக்காக வேண்டுதல், மழைக்கால வேண்டுதல் (தென்மேற்குப் பருவமழை பெறும் பகுதிகளில்) ஆற்றைக் கடக்கும் மகிழ்ச்சி.

வறண்ட ஆறு என்ற வரியின்மூலம் கோடைக்காலம் என்பதோடு கோடை மழையோ, தென்மேற்குப் பருவ மழையோ பெறாத பகுதி என்பதும் கிகோவிற்கான குறிப்புச் சொல் என்பதோடு, ஆற்றைக் கடப்பது இந்தப் பருவத்திற்கான நிகழ்வு. ஆற்றை பாலத்தின்வழியே கடக்கும் லாரி (காலத்திற்கேற்ப ஹைக்கூ தகவமைத்துக் கொள்கிறது).

பார்வை - 1

ஏன், ஆற்றில் தண்ணீர் ஓடவில்லை?

ஆற்றில் ஓடவேண்டிய தண்ணீர் ஏன் லாரியில் ஓடிக்கொண்டிருக்கிறது? எத்தனைக் கவி பாடினாலும் இயற்கையை, மானுடத்தின் தேவையை, துயரை, சமூக அவலத்தைப் பாடாத கவிதைகளுக்கு ஆயுள் குறைவு.

இறுதி வரியில் முரணாக வைக்கப்பட்டிருக்கும் 'வறண்ட ஆறு' என்ற சொற்றொடர் மீண்டும் மீண்டும் எழுப்பும் கேள்வி, 'ஏன், ஆற்றில் தண்ணீர் இல்லை?' சட்டென்று நினைவுக்கு வருகிறது, முன்னாள் குடியரசுத் தலைவர் அப்துல் கலாம் அய்யா அவர்கள் தயாரித்த காணொளி கண்டு கண்ணீர்விட்ட நாட்கள். அந்தக் காணொளி:

கி.பி.2070இல் 50 வயதில் வாழும் ஒரு நபர், 85 வயதினை ஒத்த தோற்றமுடையவராக இருக்கிறார். அவரே, அதிகபட்ச வயதினை

உடையவராகவும் இருக்கிறார். நீர் பற்றாக்குறையால் நாம் என்னென்ன நோய்த் தாக்கத்தைப் பெறமுடியுமோ அதையெல்லாம் பெற்றிருக்கிறார். அதாவது. சிறுநீரகப் பிரச்சினைகள்.

தன்னுடைய இளமைக் காலத்தில் தோட்டங்கள், பூங்காக்கள் அரைமணி நேரமாக குளிக்கும் காட்சியெல்லாம் போன்றவற்றை நினைத்துப் பார்க்கிறார். அவ,ர் தற்போது வாழும் காலத்தில் *(2070)* அவருடைய உடலைக் கழுவுவதற்குக் கனிம எண்ணெய் மற்றும் துண்டு வழங்கப்படுகிறது.

முன்பு பெண்கள், அழகான கேசத்துடன் இருந்தனர். ஆனால் தற்போது தண்ணீர் இல்லாததால் சுத்தமாக இருப்பதற்காகத் தலையை சுத்தமாக மழித்துக்கொள்ள வேண்டும். தன்னுடைய இளமைக்காலத்தில் தொலைக்காட்சிகளிலும், வானொலியிலும், சுவரொட்டி போன்றவற்றிலும் வலியுறுத்தப்பட்ட 'நீரைச் சேமிப்போம்' என்ற வார்த்தையினை யாரும் கண்டுகொள்ளாதிருந்ததை நினைவுகொள்கிறார்.

தற்போது அனைத்து ஆறுகள், ஏரிகள், குளங்கள், அணைகள் அனைத்தும் வறண்டோ அல்லது மாசுபட்டோ இருக்கிறது. தொழிற்சாலைகளில் தொழிலாளர்கள் தங்களுடைய சம்பளத்தின் ஒரு பகுதியாக நீரை வாங்கிச் செல்கின்றனர். *80* சதவீத உணவுகள் செயற்கையானவையாக இருக்கின்றன. தண்ணீருக்காகக் கொள்ளைச் சம்பவங்கள் ஆங்காங்கே நடந்தேறுகின்றன. ஒருவருக்கு ஒரு நாளைக்கு, எட்டு தம்பளர் குடிக்கவேண்டும், ஆனால் அரை தம்பளர் தண்ணீரே குடிப்பதற்கு அனுமதிக்கப்படுகிறது.

மக்கள் தண்ணீர் இல்லாததால் கசிவுநீர் தொட்டியினையும் *(Septic Tank)* பயன்படுத்த ஆரம்பிக்கின்றனர். ஆராய்ச்சியாளர்கள், எவ்வளவோ ஆராய்ச்சிகள் செய்தும் நல்ல முடிவுகள் கிடைக்கவில்லை. தங்கம், வைரத்தைவிட மிக மதிப்புமிகுந்த பொக்கிஷமாக தண்ணீர் கருதப்படுகிறது. உலகில் எங்கேனும் சுத்தமான நீர்நிலைகள் காணப்பட்டால் அங்கே ஆயுதப்படை வீரர்கள் நிறுத்தப்பட்டுள்ளனர்.

என் மகன் கேட்கிறான்: "ஏன், இப்போது தண்ணீர் இல்லை?"

ஏதோ ஒரு குற்றவுணர்வு, என் தொண்டையை அடைக்கிறது.

"எச்சரிக்கைகளை அலட்சியம் செய்த தலைமுறையைச் சேர்ந்தவர்கள் நாங்கள். எங்களின் அலட்சியத்தால், எங்கள் வருங்கால சந்ததியினர் பெரிய விலை கொடுக்கின்றனர். சற்றே ஆசுவாசம் கொள்கிறேன். இன்னும் கொஞ்சம் அவகாசம் உள்ளது, இந்த பூமிப்பந்தைக் காப்பாற்ற."

முன்னாள் குடியரசுத் தலைவர் அப்துல் கலாம் அவர்களின் இந்தக் காணொளியை கண்முன் விரிய வைத்தது, இந்த ஹைக்கூ.

லாரிக்கு மட்டும் எங்கிருந்து தண்ணீர் கிடைக்கிறது? யாவருக்கும் பொதுவாய் இருக்க வேண்டிய ஒன்று யாருக்காக எடுத்துச் செல்லப்படுகிறது? லாரியில் செல்வது நிலத்தடி நீரா? நீராதிபத்தியமா? நிலத்தடி நீரை எந்தளவுக்கு உறிஞ்சியிருக்கிறோம் என்பதற்கு இதைவிட வேறென்ன சான்று வேண்டும்.

தளும்புகிறது என்ற ஒற்றை வார்த்தையில், நீர் சேமிப்பில் எவ்வளவு பொறுப்பற்றவர்களாய் நாம் இருக்கிறோம் என்பதை, பொட்டில் அடித்தாற்போல் சொல்கிறது ஹைக்கூ. ஓடவேண்டிய ஆறு வறண்டு கிடக்க, தளும்பத் தளும்ப சாலையெங்கும் தண்ணீரைச் சிந்திக்கொண்டே செல்லும் லாரி, மனிதனின் அறிவீனத்தை அல்லவா எள்ளி நகையாடுகிறது. தண்ணீரை காசு கொடுத்து வாங்கும் அவலம் எங்கிருந்து வந்தது? என்றெல்லாம் சாட்டையைச் சுழட்டுகிறது இந்த ஹைக்கூ.

மூன்றடியில் உலகை அளந்த பரந்தாமன் இருக்கிறாரா? என்றெல்லாம் எனக்குத் தெரியாது. ஆனால் உலகத்தின் தண்ணீர் அரசியலை மூன்றடியில் அளந்துவிட்ட கவிஞர் பிருந்தா சாரதியின் சமூக அக்கறை தெரிகிறது.

ஆற்றில் தண்ணீர் இல்லாதபோது லாரிகளுக்கும், கடைகளில் உள்ள ஏராளமான தண்ணீர் பாட்டில்களுக்கும் மட்டும் எங்கிருந்து வருகிறது தண்ணீர்? என்ற பல்வேறு கேள்விகளைக் கேட்காமல் கேட்கிறது.

'தண்ணீர் லாரி தளும்புகிறது
பாலத்தின் கீழே
வறண்ட ஆறு'. – என்ற ஹைக்கூ.

இயற்கையைப் பாடிய பாஷோவும், மனிதத்திற்காக இயற்கையின் சீரழிவைப் பற்றியும் பாடியிருக்கிறார்.

67   ஹைக்கூ தூண்டிலில் ஜென் / கோ.லீலா

அதேபோலத்தான் இந்த ஹைக்கூவும். மனிதத்திற்காக அவர்தம் வருங்கால சந்ததியினருக்காகப் பாடபட்டுள்ளது. புவியியல் தன்மையையும் சொல்லியிருப்பது தனிச் சிறப்பு.

ஆறோடும் பகுதி காரோடும் பாலமாக மாற்றப்பட வேண்டிய நிகழ்கால நெருக்கடி.... இந்த ஆறு, தன் வழியே சென்றிருந்தால் பல ஊர்களில், குளங்களில் நீரை நிரப்பியிருக்கும். ஆற்றில் நீரில்லை என்றால் குளங்களிலும் நீர் இல்லை.

‘குழந்தைகள் விளையாட்டை
ரசிக்க முடியவில்லை
குளத்தின் நடுவே கிரிக்கெட்’.

என, மற்றொரு ஹைக்கூவில் எழுதியிருக்கிறார். குளங்கள், விளையாட்டுத் திடல்களாகிவிட்ட கொடுமை.

ஒரு இடத்திலிருந்து இன்னொரு இடத்திற்கு செயற்கை முறையில் தண்ணீர் கடத்தப்படுவதும், நீரோட்ட திசைக்குக் குறுக்காக பயணிக்கும் லாரியுமென கண்ணில் விரியும் காட்சி, இயற்கைக்கு மாறாக, நாம் செயல்படுவதைச் சொல்கிறது. நம் வருங்கால சந்ததியினருக்கு சொத்து சேர்த்துவைக்கிறோம். ஆனால் அவர்களுக்கு ஆரோக்கியமான பூமியை கையளிப்போமா? என்ற கேள்வியையும் எழச் செய்கிறது.

கடலின் அலை தாழும்போது முட்டையிட வேண்டுமென மீனுக்கும், தாய்நாட்டிலுள்ள கடலுக்கு வந்து முட்டையிட வேண்டுமென ஆமைக்கும், பனிக்கட்டிகள் நகரும்பொழுது முட்டையை அடைகாக்க ஆண் பென்குயின்களுக்கும் யார் சொல்லித் தந்தார்கள்? எந்தக் கருவியும் அவற்றிடம் இல்லை, பிறகு எப்படித் தெரிகிறது?

காலங்காலமாய் இயற்கையோடு ஒன்றி வாழ்ந்து அவற்றின் மாற்றங்களைக் கண்டுகொள்கின்றன, சிறிதும் பிழை ஏற்படுவதில்லை. மீன்கள் அலை எழும்பும்போது முட்டையிட்டு இருந்தால், அந்த இனமே அழிந்துபோயிருக்கும். எவ்வளவு அழகாய் இயற்கையோடு ஒன்றி வாழ்கின்றன! ஆனால் ஆறறிவுள்ள மனிதன் இயற்கையை அழித்துக் கொண்டிருக்கிறான்... ஏன்? இயற்கைக்கு மாறாக வாழ்கிறான். கடல் அலையின் இசையைக் கேட்பதில்லை, உயிரினத்திற்குள்ளும், சூழலியலுக்குள்ளும் இசையாய் தவழ்கின்ற நீரைப்பற்றிய பிரக்ஞையற்று இருக்கிறான் என்பதுதான் காரணம்.

இப்போது, கவிஞர் பிருந்தா சாரதி அவர்களின் ஹைக்கூவை மீண்டும் படியுங்கள்.

‘தண்ணீர் லாரி தளும்புகிறது
பாலத்தின் கீழே
வறண்ட ஆறு’.

காசு கொடுத்து லாரியில் தண்ணீர் வாங்க இயலாதோரின் நிலையென்ன? இன்னும் நான் இங்கு குறிப்பிட்டுச் சொல்லாத பல்வேறு காட்சிகளும், செய்திகளும் உங்கள் கண்முன் விரியும். பல்வேறு செய்திகளை விரியவைப்பதுதான் ஹைக்கூவின் வெற்றி. மேலும் இந்த ஹைக்கூ, தமிழகத்தில் ஆறுகள் வறண்டு கிடந்ததையும், தண்ணீர் லாரி என்ற வாகனம் இருந்ததையும், முட்டாள்தனமாக அதில் தளும்பத் தளும்ப தண்ணீர் கொண்டுசென்றதையும் காலங்கடந்தும் சொல்லும் ஒரு பாடமாக எதிர்காலத்தில் அமையக்கூடும்.

தண்ணீர், மனிதனின் பண்பாட்டை, கலாச்சாரத்தை, வாழ்வியலை, உடல்நலனை மாற்றிவிடும் ஆற்றல் உடையது. தண்ணீரால் பெண்களுக்கே பெரும் துன்பம். தண்ணீரைச் சேகரிப்பது, ஒரு பெண்ணின் பணியாக சுமத்தப்பட்டிருப்பதும் சிந்திக்கவேண்டிய ஒன்று. *They want their heads for thinking not for carrying water* என அடிக்கடி சொல்வதுண்டு. கிட்டத்தட்ட 266 மில்லியன் மணி நேரத்தை தண்ணீரைச் சேகரிப்பதற்காக பெண்கள் செலவிடுகிறார்கள். போதுமான தண்ணீர் வசதியற்ற இடங்களில் வசிக்கும் பெண்கள் எப்படி இருக்கிறார்கள் என்று பார்க்கும்போது, பருவமடைந்த பல பெண்கள் பள்ளிக்குச் செல்வதை நிறுத்திவிடுகிறார்கள். ஏனென்றால் தங்களை தூய்மையாக வைத்துக்கொள்வதற்குத் தேவையான அளவிற்கு தண்ணீரோ, கழிப்பிட வசதிகளோ இல்லை என்பதே இதற்கு முக்கியக் காரணம். *“Drop for a Drop “*என இதைச் சொல்லவேண்டும்.

இரு ஊர்களுக்கிடையே, இரு மாநிலங்களுக்கிடையே, இரு நாடுகளுக்கிடையே எனத் தண்ணீரால் ஏற்படும் பிளவுகளை, மனப் பிணக்குகளை சொல்லில் வடித்துவிட முடியாது. முன்பெல்லாம், குறைந்தளவு உள்ள தண்ணீரைக் குடிக்க ஜாடிக்குள் கல்லைப் போட்டு தண்ணீரை மேல வரச்செய்து குடித்த காக்கையின் கதையை நமக்குச் சொன்னார்கள். பத்து வருடங்களுக்குமுன் ஒரு ஓவியப் போட்டியில், கேரளாவைச் சேர்ந்த ஒருவர் பரிசு பெற்றிருந்தார்.

என்ன படமாக இருக்குமென ஆர்வமாகத் தேடியபோது, 'ஒரு ஜாடி, பக்கத்தில் நிறைய கற்கள், இறந்துகிடக்கும் காகம் ஒன்று'. இதுதான் அந்த ஓவியம். சட்டென்று ஒருத்துளி கண்ணீர் நனைத்துவிட்டது படத்தை.

அதற்குக்கீழ் *'No Water No Stories'* என எழுதி, அந்த ஓவியத்தை, அந்த வருட தண்ணீர் விழிப்புணர்வு தினத்திற்கான அழைப்பிதழுக்கு முகப்பு படமாக்கினேன். இப்படி தண்ணீர் சார்ந்த எண்ணற்ற நினைவுகளை நொடியில் மனதிற்குள் கொண்டுவந்துவிட்டது, இந்த ஹைக்கூ.

ஸென் - கோன் கதை

'நீரில்லை நிலவில்லை'

கன்னியாஸ்திரி சியோனோ எங்காகுவின், ஜென் துறவி புக்கோவின் கீழ் ஜென் படித்தபோது, அவளால் நீண்டகாலமாக தியானத்தின் பலனை அடைய முடியவில்லை.

ஒரு நிலவொளி இரவில், அவள் மூங்கிலால் கட்டப்பட்ட ஒரு பழைய வாளியில் தண்ணீரைச் சுமந்துகொண்டு நடந்தாள். பழைய வாளியாக இருந்ததால், அது உடைந்துவிடுமோ எனப் பயந்துகொண்டே நடந்தாள். அப்போது வாளித் தண்ணீரில் நிலவு தெரிந்தது. அதைப் பார்த்து ரசித்துக்கொண்டே பயம்நீங்கி நடந்தாள். நீண்டதூரம் நீரில் நிலவின் பிம்பத்தை ரசித்தபடியே நடந்துகொண்டிருந்தாள்.

திடீரென, எதிர்பாராதவிதமாக மூங்கில் உடைந்து கீழே விழுந்தது. அதுவரை சியோனோ ரசித்துவந்த நிலா காணாமல் போனது. அந்த நேரத்தில் சியோனோ, சட்டென்று தியானத்தின் பயனை அடைந்தாள். அதன் நினைவாக, அவர் ஒரு கவிதை எழுதினார். அந்தக் கவிதையின் சாரம், 'நீரில்லை நிலவில்லை'.

இதன்மூலம் பல்வேறு ஞானத் தேடல்களைக் கண்டடைவது ஒருபுறம் இருந்தாலும், நீரில்லை என்றால் நிலா மட்டுமா இல்லாமல்போகும்? நிலமும் இல்லாமல் போய்விடாதா? லாரியிலிருந்து தளும்பும் நீரை ஆற்றிலேயே ஓடவிடுவோம். வழியெங்கும் நிலாவை ஆறு உங்களுக்குப் பரிசளிக்கும்.

சுவாரஸ்ய செய்தி

RO என்ற ஆபத்து

தண்ணீரில் இருக்கும் தாதுப் பொருட்களை RO செய்யாமல் குடித்தால் நாம் மருந்து, மாத்திரை என்ற துசுக்களை சாப்பிடுவதைத் தவிர்க்கலாம். தண்ணீரை ஆர்.ஓ. செய்யக்கூடாது. அவ்வாறு செய்து குடித்தால் மனிதனுக்கு நோய் வரும். வாழ்நாள் முழுவதுமே அது தீராது. இந்த மெஷினின் வேலை, தண்ணீரில் உள்ள அனைத்துத் தாதுப் பொருட்களையும் எடுத்துவிட்டு, சத்து இல்லாத தண்ணீராக மாற்றுவது. பணம் கொடுத்து பாட்டிலில் அடைத்த நீரை வாங்கிக் குடிக்கிறோம். பாட்டிலில் அடைக்கப்பட்ட மினரல் வாட்டர் என்று அழைக்கப்படும் தண்ணீரில், இயற்கையான சத்துகளே இல்லை.

மண் பானையில் குடி தண்ணீரை ஊற்றிவைத்து இரண்டு மணி நேரம் முதல் ஐந்து மணி நேரம் வரை வைத்திருந்தால் அந்தத் தண்ணீரில் உள்ள அனைத்து கெட்ட பொருள்களையும் மண் பானை உறிஞ்சிக்கொண்டு, அந்த நீருக்கு மண் இயற்கையாகவே சக்தியை அளிக்கிறது.

வெள்ளைநிற பருத்தித் துணியால் தண்ணீரை வடிகட்டலாம். வெள்ளை நிறத்தில் உள்ள சுத்தமான பருத்தித் துணியால் தண்ணீர் வடிகட்டினால், அந்தத் தண்ணீரில் உள்ள அனைத்து நோயை உண்டுபண்ணும் வைரஸ், பாக்டீரியா போன்றவற்றை அந்தத் துணி உறிஞ்சிக் கொள்கிறது என்ற உண்மை, அறிவியல்பூர்வமாக நிரூபிக்கப்பட்டுள்ளது. எனவே, உலகத்திலேயே மிகச் சிறந்த தண்ணீர் வடிப்பான் மண் பானை ஆகும்.

செம்புப் பாத்திரம் மூலமாகவும் தண்ணீரைச் சுத்தப்படுத்தலாம். தாமிரத்திற்கு அந்த சக்தி இயற்கையிலேயே உள்ளது. இரண்டு முதல் ஐந்து மணி நேரம் அப் பாத்திரத்தில் தண்ணீரை வைப்பதன்மூலமாக தண்ணீருக்கு அதிகப்படியான சக்தி கிடைக்கிறது. அதில் உள்ள கெட்ட பொருள்களும் அழிக்கப்படுகிறது.

5

வண்ணத்துப்பூச்சி வந்தமர்ந்தது ஊஞ்சல் பலகைக்கு மலரும் நினைவுகள்

ஜப்பானிய ஹைக்கூ, எல்லா உணர்வுகளையும் கூர்ந்து அவதானிக்கும்தன்மையை கவித்துவத்துடன் சொல்லித் தருகிறது. ஒரு விளையாட்டுப் போல் சொற்ப சொற்களில் உணர்வுகளை இறக்கி வைத்துவிடுகின்ற லாவகம் அதன் இயல்பு.

ஸென் கவிதைகள் எப்போதும் மூங்கில், குயில், சாமந்திப்பூ, நிலவொளி, உதிரும் இலை, நீர்நிலையில் ஏற்படும் சலனம், சத்தம், ஏகாந்தப் பறவைகளின் கீச்சொலி, பனித்துளியின் தூய்மை, மலர்களின் சுகந்தமென இன்னும் பலவிதமாய் இயற்கையின் பேரெழிலைப் பாடுகின்றன. இறுதிச் சொல்வழியே அல்லது முரண்வழியே உள்முகமாகப் பயணிப்பதற்கான ஒரு திறவுகோலைக் கொடுத்து, சொற்ப சொற்களில் பெரும் வாழ்வியலைத் திறந்துவிடும் ஆற்றல் வாய்ந்தது.

ஸென் தன்மை கொண்டவர்களோடு இயற்கை பேசும்... எப்படிப் பேசும்? வார்த்தைகளற்றுப் பேசும். அக்கணம், நீயும் வார்த்தைகளற்றுப் போகவேண்டும். அப்போதுதான் இயற்கை பேசும் குரல் உனக்குக் கேட்கும். ஆம். இயற்கையுடன் கவிஞரும், கவிஞருடன் இயற்கையும் பேசிக்கொண்ட ஒரு கணநேர அற்புதம்தான் இன்று நாம் பார்க்கப் போகும் ஹைக்கூ.

ஷின்டோ மற்றும் நட்சுகஷி (Natsukashii)

ஷின்டோ முன்பே பார்த்திருக்கிறோம் இயற்கையைப் பாடுவது. நட்சுகஷி என்றால் ஏக்கம் *(Nostalgia)*. இரண்டும் இணைந்த ஒரு ஹைக்கூ இது.

ஏக்கம் என்றாலே, மீண்டும் பால்யத்திற்குத் திரும்பிவிட முடியாத ஏக்கத்தையும், திரும்பிவிட முடியாத இறந்தகால நினைவுகளையும் பாடுவதுதான். ஜென் ஹைக்கூக்கள்கூட திரும்பிவிட முடியாத வாழ்நாளைப் பற்றியும் இழந்த உறவுகளைப் பற்றியும் ஏக்கத்துடன் பாடியிருக்கின்றன. இறந்தகாலம் என்பது மனம்தான். ஆனால் ஸென் தன்மை என்பதோ மனமற்ற தன்மை. எப்படி இரண்டும் சேரமுடியும் என்ற கேள்வி எழுகிறது.

நட்சுகஷி தன்மையில், பாஷோ அவர்களின் ஹைக்கூ. தன் தாய் இறந்து, நீண்டநாள் கழித்துத் தன் சொந்த ஊருக்கு வருகிறார். அப்போது அவரது சகோதர, சகோதரிகளுக்கு வயதாகி தலை நரை கண்டிருப்பதைப் பார்க்கிறார். அவரது சகோதரர், அவரது தாயாரின் நரைத்த வெள்ளை முடி உள்ள ஒரு பெட்டியைக் கொண்டுவந்து தருகிறார். அதைப் பார்த்தபிறகு, தாயை இழந்த சோகத்தை, ஏக்கத்தை இப்படி கவிதையாக்கியிருக்கிறார், பாஷோ.

'என் கையில் எடுத்துக்கொண்டால்
கண்ணீரின் வெப்பத்தில்
உருகும் இலையுதிர் பனி'.
- பாஷோ

உறவுகளின் இறப்பும், காலம் கடந்துவிட்ட சில இனிய நினைவுகளும் மட்டுமே ஏக்கமாக பாடப்பட வேண்டியவை அல்ல. காலத்திற்கேற்ப சமூகத்திற்குத் தேவையான கருத்துகளையும் ஏக்கமாகப் பாடலாம்.

கவிஞர் பிருந்தா சாரதி இயற்கையுடன் பேசுகிறார். இயற்கைக்கு ஏற்பட்ட இழப்பு, அதனால் இயற்கைக்கும் மனிதனுக்கும் ஏற்பட்ட விலகல் ஆகியவற்றை ஏக்கம் நிறைந்த ஒரு ஹைக்கூவாக்கி இருக்கிறார். இதில் முக்கியமாக பாராட்டப்பட வேண்டிய செய்தி, ஏக்கத்தைப் பற்றி பாடும் ஹைக்கூவும்கூட, சற்றும் ஸென்தன்மை மாறாதிருக்கிறது என்பதுதான். காண்பவை, பேசுபவை அனைத்துமே ஆழ்மனதில் காட்சிகளாகத்தான் சேகரிக்கப்படுகின்றன. எழுத்தைவிடவும் காட்சிகள் மிகவும் சக்தி வாய்ந்தவை.

தான் கண்ட காட்சிகளில், தன்னை இருத்திக்கொள்வது என்பதுதான் ஆகச்சிறந்த உயிர்ப்பு நிலை. காட்சிக்கும் வார்த்தைகளுக்குமிடையே உலவும் கவிமனம் முழுமையான

ஹைக்கூ தூண்டிலில் ஜென் / கோ.லீலா

கணங்களை அனுபவிக்கிறது. தவிப்புமிக்க அந்தக் கணங்கள்தான் கவிஞனின் பேரானந்தக் கணம். சில காட்சிகள், இறுகிக் கிடக்கிற மனதை தளர்வுகொள்ளச் செய்கிறது அல்லது ஒரு பூட்டை திறந்துவிடுவதாக அமைந்துவிடுகிறது. அத்தகைய நிகழ்வுகளை தியானிப்பதுதான் ஹைக்கூ.

தன்மூலமாக மகிழ்ச்சியை, நேசத்தை, வியப்பை, குழந்தைத்தன்மையை, தனிமையை, மௌனத்தை, ஏக்கத்தை எனப் பல உணர்வுகளைக் கடத்தி, அதை அனுபவித்தவரின் உணர்வுகளை இசையாக இசைத்துக் காட்டுகிறது ஹைக்கூ. வாசிப்பவருக்கு இனிய இசையின் உணர்வே அனுபவமாக நிகழ்கிறது.

ஹைக்கூவின் அழகும் ஆற்றலும் தியானத்தின் வெளிப்பாடு. மனதைத் தொலைத்தபிறகு முழுமையாய் அதிலிருந்து தளும்பும் ஞானஒளி. வாழ்வின் பக்கங்களிலெல்லாம் நிறைந்து கிடக்கின்றன நினைவுக் குப்பைகள். ஒருசில அற்புத உரையாடல்கள், நினைவுகளை மீட்டெடுப்பதோடு ஆற்றுப்படுத்தியும் விடுகின்றன.

பிருந்தா சாரதியின் தரிசனம்

*'வண்ணத்துப்பூச்சி வந்தமர்ந்தது
ஊஞ்சல் பலகைக்கு
மலரும் நினைவுகள்'.*

கிகோ - KIGO

வசந்த காலம்

பிப்ரவரி, மார்ச், ஏப்ரல்

வசந்த காலம் என்பதை உறுதிசெய்வது, வண்ணத்துபூச்சி எனும் சிற்றுயிரின் குறிப்பு. வசந்த காலம் மலர்களுக்கான காலம். அவற்றைத் தேடும் வண்ணத்துப்பூச்சிகளின் வலசை காலம் என்பதும், வாழ்வியல் எனப் பார்க்கும்போது பல்வேறு நிகழ்வுகளுடன் காதல் செயல்களில் ஈடுபடுதல் என்பதும் ஒன்று. வண்ணத்துப்பூச்சி மலர்தேடி வருதலும், அங்கு ஊஞ்சலில் அமர்வதும், காதலின் மறைபொருளாகக் கொள்ளலாம்.

வனப் பார்வை

இந்த ஹைக்கூவைப் படித்தவுடன் நானும் இங்கே ஒரு மரமாக மாறி, மலரும் நினைவுகளுக்குள் நழுவிச் செல்கிறேன்.

நினைவலைகளில் மரமாக நான். அடர்ந்த மரக் கவிகைகளுடன், ஒரு பருவப் பெண்ணென இறுமாந்து நிமிர்ந்து நின்ற பேரழகு நாட்கள் அவை. காதலியின் இதயத்தில் ஒரு இடத்தைப் பெற்றுவிடத் துடிக்கும் ஆணென, சூரியக்கதிர்கள் என்னுள் நுழைந்துவிடத் தவித்து நின்ற இனிய நாட்கள் அவை. மறுத்துக்கொண்டே அனுமதித்துவிடும் பெண்ணின் அத்தனை கள்ளத்தனமும் கொண்டிருந்து, சூரிய கிரணங்களை என்னுள் வழியவிட்டு ஆனந்தித்து இருந்த அற்புத நாட்கள் அவை. என் இலை இதழ்களை முத்தமிட்டு முத்தமிட்டு நீர்த் திவலைகளைச் சுவைத்த கதிரவன், மீண்டும் மழை முத்தங்களைப் பெரும் கருணையுடன் என்மீது பொழியவிட, அதில் குளிரக்குளிர நனைந்து வானுக்கும் பூமிக்குமாய் ஆனந்தநடனம் புரிந்திருந்த ரம்மிய நாட்கள் அவை.

வானின் மழை முத்தங்களை மலைப் பெட்டகங்கள் சேமித்து மெல்லக் கசியவிட்டு என் பாதங்களில் ஓடைகளை சலங்கையென அணிவிக்க, ஆனந்தித்திருந்த அற்புத நாட்களவை. என் கிளைக் கரங்களில், வண்ண வண்ண வளையலென பூக்களைச் சுமந்து திருமணமான புதுப்பெண்ணென மெருகேறிக் குலுங்கிய அற்புத நாட்கள் அவை. வண்ண வளையல்களைத் தொட்டு விளையாடும் பக்கத்து வீட்டுச் சிறுகுழந்தையென கிளைக்குக் கிளை தாவி பூக்களை முத்தமிட்ட வண்ணத்துப்பூச்சிகளுக்கு மகிழ்ந்து மகரந்தம் பகிர்ந்த மணம்வீசும் நாட்கள் அவை. விதவிதமான பச்சைகளில் ஆடைகட்டி, வான்வெளியில் அடவு கட்டி ஆடிய ஆனந்த நாட்களவை...

மிளிரும் தோகை அதிர
மயில் நடனம் புரிய,
இருவாட்சியும், செம்போத்தும்,
மரகதப் புறாவும், குயிலும்,
மைனாவும், கரிச்சானும்,
பனங்காடையும், மரங்கொத்தியும்,
மீன்கொத்தியும் இன்னும் பல பறவைகளின்
கீச்சொலிகளின் இன்னிசையில்
உயிரின் இசைகேட்டு உருகிக் கிடந்த

உன்னத நாட்களவை...
வந்தோர்க்கு உணவளிக்கும் வாழ்வரசியாய்,
தும்பிக்கை உயர்த்திய யானைகளுக்கு
என் பட்டைகளை, கிளைகளை உடைத்து உண்ண
நெகிழ்ந்து கொடுத்த மகிழ்வு நாட்களவை...
யானைகளோ தன் சாணத்தில்
வண்ணத்துப்பூச்சிகளை உயிர்ப்பித்து,
என் மலர்களில் ஊஞ்சலாடவிட்டு
எங்கள் இனங்களைப் பெருகவிட்ட
பேரின்ப நாட்கள் அவை...
தாங்கி நின்ற பூமிக்கும்,
வேருக்கும் முத்தமென
மலர்களை உதிர்த்த முத்தான
நாட்களவை...
மந்திகளும், அணில்களும்,
பறவைகளும் புசிக்க
கனிகளில் மழை முத்தத்தின்
இனிப்பேற்றிச் சமைத்து
காத்திருந்த இனிப்பு நாட்களவை...
ஒருவருக்கொருவர் கரம்கோர்த்து
வாழ்ந்தும் வாழ்வித்தும் இருந்த
உயரிய நாட்களவை...
நீரும், தியானமும் இணையர் என்றறிந்து
நானும் வானும் கூடிக் களித்து
ஊற்றாய்ப் பொங்கிய
உல்லாச நாட்களவை...
கானுயிர்களின் கூட்டுப் பச்சையமாய்
மணத்திருந்த மகிழ்ச்சி நாட்களவை...
குழந்தையின் புன்னகையுடன்
உரிமை மிகுந்து அன்பே! ரகசியா! என
ஆரத்தழுவிய காதல் கொண்டவர்களோடு
வார்த்தையற்ற மொழியில் பேசி
ரகசியப் பேரழகை ஸ்பரிசிக்க,
குழந்தையை அனுமதிக்கும் தாயென,
அவர்களை என்னுள் அனுமதித்து
இன்பத்தில் திளைத்திருந்த
இனிய நாட்களவை...
சிறு தூறலும், சாரலுமாய்
கானுயிர்களுடன் உயிர்த்திருந்த

நாட்களது வண்ணத்துப்பூச்சியே...
மனிதர்களின் பேராசை நிழல்
படாத நாட்களவை...

இன்றோ பேராசையின் கோடரிக்குப் பலியாகி பலகையாய் கிடக்கின்றேன்... ஆனாலும் ஏதோ ஒரு பயனைச் செய்து கிடக்கிறேன்... முற்றத்துத் தோட்டத்தை காடென நினைக்கும் மக்களின்முன் மழையற்றுக் கிடக்கிறேன்... சென்ற நாட்கள் வாராதெனினும்... இன்னொரு மரத்திற்கு இது நிகழாது இருக்கட்டும் வண்ணத்துப்பூச்சியே... என்னிடம் மலர்கள் இல்லை, உனக்கு வழங்கிட... மலரும் நினைவுகள் மட்டுமே மாறாது உறைந்துகிடக்கிறது என்னுள்...

இப்படி இந்த ஹைக்கூ நினைவுகளை மீட்டெடுக்கிறது. கூடவே யாருக்கிடையேயான நினைவுகள் என்பதை காட்சிமூலம் உற்று நோக்க...ஒரு காடு, வீட்டில் ஊஞ்சலாக ஆடிக் கொண்டிருப்பதும், மரத்தை இழந்த வண்ணத்துப்பூச்சி ஊசல் ஆடிக்கொண்டிருப்பதும் என ஒரு பெரிய சூழலியல் செய்தி காட்சியாக்கப்பட்டிருக்கிறது.

வண்ணத்துப்பூச்சி என்ற குறிப்பின்மூலம் என்ன சொல்கிறது ஹைக்கூ, ஏன் தேனீ, ஈ என சொல்லாமல் வண்ணத்துப்பூச்சியைச் சொல்கிறது ஹைக்கூ?

நாட்டுக்கு நாடு வண்ணத்துப்பூச்சியின் காலம் மாறும். இந்தியாவைப் பொறுத்தவரை குளிர்காலத்திலிருந்து கோடைகாலம் வரை மலைப்பிரதேசத்திலும், கோடையில் சமவெளியிலும் இருக்கும். ஹைக்கூ எழுதப்பட்ட இடத்தின் புவியியல்தன்மை மற்றும் காலம் ஆகியவற்றை இதன்மூலம் அறியலாம்.

வண்ணத்துப் பூச்சியின் ஊஞ்சல் எது?

கொத்துக்கொத்தாய் மலரைத் தாங்கியிருக்கும் மரமோ, செடியோ அல்லவா? அது, தன் ஊஞ்சலைத் தேடி வர... மரம், இங்கே மனிதரின் ஊஞ்சலாய் ஆக்கிக்கொண்ட பலகையில் வண்ணத்துப்பூச்சி அமர மரத்திற்கு 'மலரும் நினைவுகள்'. 'மலரும் நினைவுகள்' இரண்டு முறை கவனித்துப் படித்தால், பல பொருள் தருகிறது.

பொதுவாக, மலரும் நினைவுகள் என்றால் திரும்பிவிட முடியாத காலத்தின் நினைவுகளில் சஞ்சரிப்பது என்பது. இன்னொன்று, ஊஞ்சல் பலகை ஒரு காலத்தில் மரமாக இருந்து மலர்ந்து மணம்வீசிய மலர்களை தாங்கியிருக்கக்கூடும். மகரந்தச் சேர்க்கைக்காக வண்ணத்துப்பூச்சி வந்ததால், தான் மலருவதாகக் கொள்ளும் நினைவுகள் எனவும் இரண்டாவதாய் மற்றொரு பொருள் கொள்ளலாம். இதை கவிச்சுவை எனலாம்.

மீண்டும் கவிஞர் பிருந்தா சாரதி அவர்களின் ஹைக்கூவைப் பார்ப்போம்.

‘வண்ணத்துப்பூச்சி வந்தமர்ந்தது
ஊஞ்சல் பலகைக்கு
மலரும் நினைவுகள்’.

அடுத்தது, ஒரு காட்டை கட்டமைக்கும் பொறியாளர் யானைதான். யானையின் சாணத்தில்தான் வண்ணத்துப்பூச்சி வாழும் என்பது அறிவியல் உண்மை. வண்ணத்துப்பூச்சி மகரந்தச் சேர்க்கை செய்வதன்மூலம்தான் வகை வகையான மரங்கள் செழித்து வளர்ந்து காடு காடாக இருக்கும்.

இன்று காட்டை அழித்து, அதில் வாழும் உயிரினங்களுக்கு ஒரு பெரிய நெருக்கடியை உருவாக்கியிருக்கிறோம் என்பதை, மரங்களைத் தேடி செல்லவேண்டிய வண்ணத்துப்பூச்சி ஊஞ்சல் பலகையில் வந்தமர்ந்தது என்ற வரி ஓங்கி முகத்தில் அறைகிறது. யானைகளும் புலிகளும் காட்டைவிட்டு நாட்டிற்கு புலம்பெயரும் அவலமும், அதைத் தொடர்ந்து கானுயிர்களுக்கு மனிதர்களால் ஏற்படும் ஆபத்துகளும், வரும் விபத்துகளும் கண்முன் விரிகின்றன. இதை, வலசை போதல் என்பார்கள்.

மூன்றே வரி ஹைக்கூ, எத்தனை காட்சியை விரியச் செய்கிறது.

காடழிந்து மரம் ஊஞ்சல் ஆனதை மனிதன், தன் தேவைக்காக காட்டை அழிக்கும் அவலத்தை இக்கவிதை சொல்கிறது. வண்ணத்துப்பூச்சி ஊஞ்சல் பலகையில் அமர்வது, வலசை மாறிப்போன துயரத்தைச் சொல்கிறது.

ஒருவரின் வாழ்விடம் *(Habitat)* மாறுவதால் வரும் மாற்றம் என்னவாக இருக்கும் என்பதை யோசித்தால், கானுயிர்களின்

துயரம் புரியும். அந்தத் துயரத்தைக்கூட நம் சுயநலத்திற்காகத்தான் புரிந்துகொள்ள விரும்புகிறோம்.

மலரும் நினைவுகள், மீண்டும் மழைதரும் மழைக்காடுகளை மனிதனால் உருவாக்கவே முடியாது என்ற செய்தியையும் கடத்துகிறது. காடு இல்லையென்றால் என்னாகும்? நீராதாரத்தின் மடி காடுகள்தான். காடுகள்தான் பூமியின் நுரையீரல். அவற்றை அழித்துவிட்டால் மழை வருமா? அதன் தொடர்நிகழ்வை எண்ணிப் பாருங்கள். இந்த ஏக்கம் யாருடையது? மரத்தினுடையதா? வண்ணத்துப்பூச்சியினுடையதா?

நன்றாக ஆழ்ந்து நோக்கினால் சமூகத்தின்மீதான அக்கறைகொண்ட யாவரின் ஏக்கமும் இதுதான். அவர்களின் பிரதிநிதியாக கவிஞர் இவ் வரிகளை எழுதியிருக்கிறார். போகிறபோக்கில் தன் கழிவில் ஒரு மரத்திற்கான விதையைப் போட்டுவிடுகிற ஒரு காகத்தின் வேலையைதான், நாம் ஒரு செடியை நட்டுவிட்டு, மரம்நடு விழாவென ஊரைக் கூட்டிவிடுகிறோம். சூழலியல் சுழற்சியில் ஒரு கண்ணி அறுந்தாலும், இந்த பூமி தடுமாறிவிடும். ஆனால் இயற்கை எப்படியோ மீண்டெழுந்துவிடும். மனிதனால் மீண்டெழவே முடியாது என்பதைத்தான் சுருக்கென்று சொல்கிறது இந்த ஹைக்கூ.

இப்போது மீண்டும் படியுங்க,ள் இந்த ஹைக்கூவை. நான் சொன்ன சூழலியல் உண்மைகள் தாண்டி சொல்லாத பல உண்மைகள், காதல் காட்சிகள் உட்பட பல எண்ணங்கள் உங்களுக்குள் விரியும்.

'வண்ணத்துப்பூச்சி வந்தமர்ந்தது
ஊஞ்சல் பலகைக்கு
மலரும் நினைவுகள்'.

வண்ணத்துப் பூச்சிகளின் ஊஞ்சலை வண்ணத்துப் பூச்சிகளுக்கே கொடுத்துவிடுங்கள். அந்த ஊஞ்சல்கள், காடுகளில் அசைந்தாடியபடி உங்களுக்கு மழையைப் பரிசளிக்கும்.

6

 ஆளற்ற நள்ளிரவுச் சாலை
ஒற்றைக் கண்ணால்
உற்றுப் பார்க்கிறது தெருவிளக்கு

ஹைக்கூ என்பது நிகழ்காலத்தை, நிகழ்கணத்தை பிரதிபலிக்கக்கூடிய காட்சிக் கவிதை. பாரம்பரியமாக இயற்கை, காலநிலை மாற்றம், போன்றவற்றைப் பாடினாலும், வெறுமனே இயற்கையை மட்டும் பாடிச் செல்வதல்ல அதன் நோக்கம். இயற்கையோடு இணைந்த மனிதம், அவர்களின் வாழ்வியல், உள்முகப் பயணம், ஆன்மாவின் முழுத்தன்மை ஆகியவற்றை உணர்த்தும்வகையில் மிக எளிமையாக பாடப்படும் ஸென்தன்மைதான் ஹைக்கூ.

பொருளை கைமாற்றிக் கொள்வதுபோல் கேட்ட இசையின் இனிமையை, ரசித்த ஓவியத்தின் அழகை, அனுபவித்த வலியின் வேதனையை, மகிழ்வின் உச்சத்தை, ஞானத்தின் பிரவாகத்தைக் கைமாற்றிக்கொள்ள முடியுமா? அத்தகைய பேரானந்தத்தை அறியச்செய்ய சில வாயிற்கதவுகளை திறந்துவிட முடியும். ஸென்தன்மையுள்ள ஹைக்கூவின் பணி பேரானந்தத்திற்கான வாயிற்கதவுகளைத் திறப்பதுதான்.

எளிய காட்சிகளின்வழியே மனிதன், தன்னையே அறிந்துகொள்வதற்கான அரிய வழிகளைக் காட்டுவதுதான் ஹைக்கூ. விளக்கின்கீழ் இருட்டு இருப்பதைப்போல், தன்னைப்பற்றிய அறிவை மேலும் ஓர் இருட்டு மறைத்திருக்கிறது. இருளிலிருந்து விலகி கையருகே இருக்கும் வெளிச்சம் பெற உள்முகமாய்ப் பயணிக்க வேண்டும். இது திசையறியா, எவருமறியா, உதவிக்கு யாரும் இல்லாத, நம்முள் நாமே பயணிக்கவேண்டிய உள்முகப் பயணம் ஆகும்.

பிருந்தா சாரதியின் ஹைக்கூக்களை முன் வைத்து / கோ.லீலா   80

The real question is not whether life exist after death.
The real question is whether
You are ALIVE before death.

-Osho.

இதன் பொருள் என்ன?

உயிருடன்தானே இருக்கிறோம் என்று தோன்றும். ஆழ்ந்து வாசியுங்கள்! இறப்பதற்குமுன் உயிர்ப்புடன் இருக்கிறாயா? எனில், தன்னைத்தானே அறிந்து விழிப்புணர்வுடன் இருக்கிறயா? என்பதுதான் அதன் கேள்வியும், பொருளும்.

உயிர்ப்புடன் இருக்க, மனமற்றுப்போக வேண்டும். சதா மனமற்றுப் போ என்றால், எப்படி மனமற்று போவது? மனமற்றுப் போக ஏழு பள்ளத்தாக்குகளைக் கடக்க வேண்டும் என்கிறார் ஓஷோ. முதல் பள்ளத்தாக்கு அறிவு. அறிவைக் கடக்க, உள்முகமாய்ப் பயணம் செய் என்கிறார். முதலில் செய்யவேண்டியது, தன்னையே உற்றுநோக்கல் *(Introspection)* மற்றும் சாட்சியாய் இருத்தல் *(Witnessing)* என்ற ஹைக்கூதான், இந்நூலின் முதல் ஹைக்கூ என்பது பெரும் வியப்பையும், பிரமிப்பையும் ஒருசேர தந்தது. உற்று என்பது *attentiveness* வெறும் பயணமல்ல. கவனத்துடன், முழு விழிப்புணர்வுடன்கூடிய உள்முகப் பயணமும், சாட்சியாயிருத்தலும் என்பதைத் தெளிவாகவும், அழுத்தமாகவும், ஆழமாகவும் சொல்லியிருக்கும் ஹைக்கூதான் இன்று நாம் பார்க்கப் போகும் ஹைக்கூ.

நைசெய் (Naisei), மொகுகேகி (Mokugeki)

இன்று நைசெய் மற்றும் மொகுகேகி தன்மையுள்ள ஹைக்கூவைத்தான் பார்க்கப் போகிறோம்.

நைசெய் *(Naisei)* என்றால், உள்முகப்பயணம் *(Introspection)*. மொகுகேகி *(Mokugeki)* என்றால், சாட்சியாயிருத்தல் *(Witnessing)*. பிறர் பார்வையில் நாம் எப்படிப்பட்டவராக இருக்கிறோம் என்பது முக்கியமல்ல. நம் சொந்தப் பார்வையில் நாம் எப்படிப்பட்டவர் என்பதே முக்கியம்.

பிறர்மூலமாகவே நம்மை பார்த்துப் பழகிவிட்டோம். அதனால் நம்மை நாமே பார்த்து, அறிந்து, செப்பனிட அருகில்

ஒரு வழி இருந்தும் அதை நாம் மறந்துவிட்டோம் அல்லது புறக்கணித்துவிட்டோம். நமக்கு நாமே ஒரு முகமூடியை அணிந்துகொண்டு நமக்கு நாமே ஒரு போலி உருவத்தை மற்றவர்களுக்கு வழங்கி பின், அவர்களின்வழியே மேலும் நம் முகமூடிக்கான அஸ்திவாரத்தை பலப்படுத்திக் கொள்கிறோம்.

உண்மையில் உள்ளே ஒருவராகவும், வெளியில் வேறொருவராகவும் இருப்பதை உணர தன்னந்தனிமையில் மூழ்க வேண்டும். அப்போது, ஆழ்உணர்வில் போலியாக இருக்கிறோமே என்ற உணர்வு மேலிட்டாலே போதுமானது. உடலைப் பார்க்க ஒரு கண்ணாடி இருப்பதுபோல், அகத்தை நோக்கும் கண்ணாடியாகி நம் கீழ்மைகளை, பொய்மைகளை அவ்வுணர்வு காட்டிவிடும்.

ஓஷோ சொல்கிறார்: இந்தக் கீழ்மையை, அவலட்சணத்தைக் காணப் பயந்துதான், மனிதன் தனிமையில் இருப்பதில்லை என்று.

சிந்தித்துப் பார்க்கிறேன் ! உண்மைதான். காலங்காலமாய் அவலட்சணத்தை, கீழ்மையை மறைக்கதான் முயற்சி செய்கிறோம். பொதுவாக, பேச்சு வழக்கில் சொல்வதுண்டு. காயத்தை மறைத்துவைத்தால் அது புரையோடிவிடும். அதை வலிக்க வலிக்கத் துடைத்துச் சுத்தம்செய்து மருந்திட்டால் ஆறிவிடும் என்று. இதனுடன் தொடர்புபடுத்திப் பார்க்கிறேன். உண்மைதான். மனதின் அவலட்சணங்களை, கீழ்மைகளை மறைத்துவைப்பதன்மூலம் அவை மறையாது. மாறாக அவை, நம்மை ஆட்சி செய்யத் தொடங்கிவிடும்.

அவற்றிலிருந்து முற்றிலும் விடுதலை பெற என்னதான் செய்வது? மனதை ஆராய்ச்சி செய்து ஆன்ம விசாரணையில் ஈடுபட்ட ஞானிகள் அனைவரும் சொல்வது உள்நோக்கிப் பயணம் செய் என்று. புத்தமும் ஸென்னும் இதைத்தான் சொல்கின்றன. ஓஷோதான் மூன்று நிலைகளை விளக்குகிறார். என்னவென்று பார்ப்போம்.

தன்னை நினைவுகொள்தல் (Self - remembrance)
உள்முகப் பயணம் (Introspection)
வெளியிலிருந்து உற்று நோக்குதல் (Witnessing)

ஏன், இந்த மூன்றைப் பற்றி இப்போது தெரியவேண்டும் என்றால், இன்று பார்க்கப்போகும் ஹைக்கூவின் சுவையை அறிய,

அதன் ஆழத்தை அறியவேண்டுமெனில், இந்த மூன்றையும் அவசியம் அறியவேண்டும்.

தன்னை நினைவுகொள்தல் என்பது மிகக் கவனமாக தன் செயல்பாடுகளை நினைவு கொள்ளல். இதில் தான் என்பதும், செயல்பாடுகளும் முதன்மைத்தன்மையுடன் இருக்கும்.

அடுத்து, உள்முகப் பயணம்.

நம்மை நாமே கவனித்தல். நம் கோபம், மகிழ்ச்சி, காமம், ஆசை, பொறாமை அனைத்தையும் கவனித்து, அதை நம் வசமாக்கிச் செயல்படுத்துவது. இது தன்னைக் கவனித்தல். சாட்சியாக இருத்தல்.

உன்னை நீயே வேறொரு ஆளாக வெளியில் இருந்து பார்ப்பது. இங்கு எதையும் எதுவும் கட்டுப்படுத்துவது கிடையாது. உள்ளது உள்ளபடி, அதன் இயல்பில் இருக்கவிட்டு சாட்சியாய் இருப்பது. இங்கு எந்தப் போலித்தனமும் கிடையாது. உன்னை நீயாகவே நீ பார்க்கிறாய், ஒரு சாட்சியாக.

உனது கீழ்மைகளை, அவலட்சணத்தை மறைக்காது பார்த்து அதை முற்றிலுமாக உன் விருப்பத்தின்பேரில் நீயே வெளியேற்றுவது. இது தன்னை தூய்மைப்படுத்திக் கொள்வது. எனில், உள்முகப் பயணம் குறித்துப் பேசுவது ஏன்? சாட்சியாக இருப்பது வெகுசுலபமாக, கீழைநாட்டினருக்கு, குறிப்பாக அறிவு என்றபெயரில் எதையும் சேகரித்து வைத்துக்கொள்ளாத பாமரர்களுக்குப் புரிந்துவிடுகிறது. ஆனால் மேலைநாட்டினருக்கு சாட்சியாக இருத்தலென்பது புரிபடுவதேயில்லை. அதனால், அவர்களுக்கு ஒரு உச்சபட்ச விழிப்புணர்வை ஊட்டிவிட முடியாவிட்டாலும், உள்முகப் பயணத்தின்மூலம் சற்று உணர்வுகொள்ளச் செய்ய உளவியல் விஞ்ஞானிகளும், ஒருசில மதங்களும் உள்முகப் பயணத்தை அறிவுறுத்துகின்றன.

சாட்சியாக இருந்தாலும் ஒரு மனிதன், புறநிலை உலகம் மற்றும் அகநிலை உலகிற்கு இடையேதான் வாழவேண்டும். பசியெடுத்தால் தியானத்தை உண்ண முடியாது. புத்தருக்கும் பசியுண்டு. எனில் புறநிலை வாழ்வையும், அகநிலை வாழ்வையும் எப்படிச் சமன் செய்வது? சாட்சியாக, சமன்நிலை பயணத்தின் சாரலாய் விழும் பாஷோவின் ஒருசில ஹைக்கூக்களில் நனையலாம்.

'நான் கைதட்டினேன் எதிரொலியுடன்
அது விடியலைத் தொடங்குகிறது
கோடை நிலவு'.
- பாஷோ

'மூர் பறவைகள் பாடும் இடத்தில்
என் குதிரையை
சுட்டிக்காட்டுங்கள்'.
- பாஷோ

பாஷோவின் முதல் ஹைக்கூவை கவனியுங்கள், வெறுமனே படிக்காமல் ஒரு காட்சியை விரியச் செய்யும். பாஷோ, மலை சூழ்ந்த பகுதியில் மரத்திற்குக் கீழ் ஒரு குடிசையில் வாழ்ந்தார். பயணித்தல் போக மற்ற நேரங்களில் மனமற்ற நிலைக்கான தியானத்தில் இருந்ததாக குறிப்புகள் சொல்கின்றன. எப்போதாவது கண்திறந்து பார்க்கிறார். இப்போது மலைகளுக்கிடையில் பாஷோ கைதட்டுகிறார். அது எதிரொலிக்கிறது. அப்போது அதிகாலை நிலவு மறைய கதிரவன் எழும்புகிறான்.

அமைதியான இதயத்துடன் இருக்க கோடை நிலவும், விடியலும் மிக அருகருகே உள்ளன. கைதட்ட மலை எதிரொலித்துக்கொண்டே இருக்கிறது. பாஷோவைப் பொறுத்தவரை, தியானத்தில் இருப்பவர். தன் உள்ளிருப்பை ஆழமாய் தன்னுள்ளே தேடிக்கொண்டேயிருப்பார் என்பதைத்தான் இவ் வரியில் சொல்கிறார்.

அதற்காக, அவர் புறஉலகியல் வாழ்வோடு தொடர்பற்றவராக இருக்கவேண்டிய அவசியமில்லை. எப்போதாவது கண்திறந்து பார்த்து, புற உலகியலின் காட்சிகளிலும் தேவையையும் பயணத்தையும் தொடரலாம் என்பதைத்தான் பாஷோவின் ஹைக்கூ சொல்கிறது. இதேபோன்று புற மற்றும் அக உலகின் வாழ்வியலை, உள்முகப் பயணம் என்பதற்கும் மேலான சாட்சியாயிருத்தலையும் சொல்லி, வியப்பில் ஆழ்த்தும் ஹைக்கூவைத்தான் இன்று பார்க்கப் போகிறோம்.

பிருந்தா சாரதியின் தரிசனம்

'ஆளற்ற நள்ளிரவுச் சாலை
ஒற்றைக் கண்ணால்
உற்றுப் பார்க்கிறது தெருவிளக்கு'.

கிகோ - KIGO

இலையுதிர்காலம்: ஆகஸ்ட், செப்டம்பர், அக்டோபர்.
பருவ நிலை: நீண்ட இரவுகள்.
அவதானிப்பு: தெருவிளக்கு
வாழ்வியல் நிலை: மாலை நேரத்தில் பாதைவழியாக யாரும் போகாதிருத்தல் மற்றும் இலையுதிர்காலத் தனிமை.
இலையுதிர் காலம் என்பதற்கான கிகோ: ஆளற்ற, நள்ளிரவு, தெரு விளக்கு, ஒற்றை (தனிமை) ஆகியவை ஆகும்.

ஞானப்பார்வை

நைசெய் (Naisei) என்றால், உள்முகப் பயணம் (Introspection)
மொகுகேகி (Mokugeki) என்றால், சாட்சியாயிருத்தல் (Witnessing)

இத்தன்மை உள்ள ஹைக்கூ இது. 'ஆளற்ற நள்ளிரவுச் சாலை' என்ற வரி தனிமையைச் சொல்கிறது. உள்நோக்கிப் பயணிப்பதற்கான தனிமை கிடைத்துவிட்டது. அடுத்து, தனிமையில்தான் மனம் உள்நோக்கிப் பயணிக்கும் என்பதைத்தான் 'ஒற்றைக்கண்ணால் உற்றுப் பார்க்கிறது' என்ற வரி சொல்கிறது. இந்த வரியில் கவனிக்கப்பட வேண்டிய சிறப்பு வார்த்தை 'உற்று' என்பதுதான். 'என்னை' என்றுகூட எழுதியிருக்கலாம். ஆனால் உற்று என்று எழுதியிருப்பதுதான் சிறப்பு. உற்று என்றால், ஆங்கிலத்தில் *Attentiveness* என்று சொல்லுவார்கள். முழு விழிப்புணர்வுடன் கூடிய கவனம் என்ற பொருள் தரும் 'உற்று' என்ற வார்த்தையினால் இந்த ஹைக்கூ, உள்முகப் பயணத்திற்குத் தயாராவதைச் சொல்கிறது. இனிமேல்தான் இந்த ஹைக்கூவின் நிலைப்பாடு ஸென்தன்மையை அடைகிறது. எப்படி என்று சுவைத்து உணர்வோம்.

இதற்கு அடுத்த வரியில், மனம் என்று இருந்திருந்தால், வெறும் உள்முகப் பயணத்தை மட்டும் சொல்லக்கூடிய மேலைநாட்டுக்குரிய ஹைக்கூ ஆகியிருக்கும். கவிஞர், ஞானத்தின் விதையான கீழைநாட்டைச் சேர்ந்தவர் என்பதை அந்த மூன்றாவது வரி சொல்கிறது. கவனியுங்கள்.

மூன்றாவது வரி, 'தெருவிளக்கு'.

தெருவிளக்காக விலகி நிற்கிறது (சாட்சியாக) உள்ளுணர்வு. இப்போது அது சகலத்தையும் எந்தப் பாகுபாடும் இல்லாமல்

மேன்மை, கீழ்மை அனைத்தையும் ஒரு கண்ணாடிபோல் காட்டிவிடும் என்பதைத்தான் மூன்றாவது வரி சொல்கிறது. தேர்ந்தெடுக்கப்பட்ட சொற்ப சொற்களின்மூலம் மிகப்பெரிய நிகழ்வான தன்னிலை உணர்தலை, சாட்சியாக இருக்கும் தன்மையை அற்புதமாக விளக்குகிறது. மீண்டும் ஒருமுறை ஹைக்கூவைப் படியுங்கள்.

'ஆளற்ற நள்ளிரவுச் சாலை
ஒற்றைக் கண்ணால்
உற்றுப் பார்க்கிறது தெருவிளக்கு'.

இப்போது தனிமை, உள்முகப் பயணம், சாட்சியாகயிருத்தல், புறஉலகியல் மற்றும் அக உலகியலைத் தொடர்புப்படுத்தி படியுங்கள்.

பல்லாயிரம் கதைகளின்வழியே ஸென்னும், பலமணி நேர சொற்பொழிவின்மூலம் ஓஷோவும், *3322* சட்டங்களின்மூலம் கன்பூஷியஸும், தன் போதனைகள்மூலம் புத்தரும், ஹைக்கூமூலம் பாஷோவும், இந்த விழிப்புணர்வையே சொன்னார்கள். இந்த ஹைக்கூவின் வழியே வெளிப்படுவதும் அந்த விழிப்புணர்வே என்றால் அது மிகையில்லை.

உலகத்திலேயே மிகப் பழமையான சொற்றொடர் எதுவென்றால், *Know thyself.* 'உன்னையே நீ அறிவாய்' எனும் சொற்றொடர்தான். எல்லா நாடுகளிலும், மொழிகளிலும் பயன்படுத்தப்பட்ட இந்தச் சொற்றொடர் சாக்ரட்டீஸ் கூறியது. தத்துவம், ஞானம், அறிவியல், அரசியல் எனப் பல்வேறு தளங்களில் பயணிக்கக்கூடிய அந்தச் சொற்றொடரையும் கண்முன்னே விரியச் செய்கிறது, இந்த ஹைக்கூ. உன்னையே நீ அறிந்தால் துன்பத்திலிருந்து விடுபடலாம்.மனமற்ற பேரானந்த நிலையை அடையலாம். மனமற்ற நிலை என்பது நிகழ் தருணத்தில் வாழ்வது. இறந்தகாலமும், எதிர்காலமும் அற்று முழுமையாக நிகழ்காலத்தின் உயிர்ப்பில் இருப்பது.

Be the Presence, Not the person - Zen thinking.

இந்த ஞான நிலைகளையும், உளவியல் சிந்தனைகளையும், சாட்சியாக இருத்தல் எனும் சட்டோரி நிலையையும் மூன்றே வரிகளில் தந்துவிடுகிற இந்த ஹைக்கூ, அவசியம் கொண்டாடப்பட வேண்டிய ஹைக்கூ.

'ஆளற்ற நள்ளிரவுச் சாலை
ஒற்றைக் கண்ணால்
உற்றுப் பார்க்கிறது தெருவிளக்கு'.

ஸென் கதை

இறக்கிவைக்க முடியாத சுமை

உங்களை நீங்கள் தெரிந்துகொள்வது என்பது மிகச்சிறந்த வழி. அதன்மூலம் நீங்கள் எல்லாவற்றையும் தெரிந்து கொள்ளலாம்' என்கிறார், ஜென் துறவி ஷன்ரியு சுஸூகி (Shunry Suzuki).

இவர், அமெரிக்காவில் ஜென் பௌத்தம் பரவக் காரணமாக இருந்தவர். ஆன்மிகத் தேடல் உள்ளவர்களுக்கு இது, மிக ஆதாரமான வாசகம். ஜென் தத்துவம் திரும்பத்திரும்ப நம்மை நாமே உணரச்செய்வதைத்தான் வலியுறுத்துகிறது. அதை உணர்ந்தால் ஆன்மிகத் தேடலுக்கான வழி தெரியும். அந்தக் கடினமான பயணத்தில் நாம் பிறருக்கு உதவுவோம்; பிறரும் நமக்கு உதவுவார்கள். அதேநேரத்தில் நம்மை உணராமல், நம் வழி எதுவென்றே தெரியாமல்போனால், நாம் யாருக்குமே உதவமாட்டோம்; நமக்கும் யாரும் உதவமாட்டார்கள். இந்தத் தத்துவத்தை, ஜென் பௌத்தம் எளிய கதைகளின்மூலமே வலியுறுத்திவிடுகிறது என்பதுதான் ஆச்சர்யம்.

அது ஒரு காலைப்பொழுது. இரு ஜென் துறவிகள், அந்த மலைப்பிரதேசத்தில் நடந்து போய்க்கொண்டிருந்தார்கள். ஒருவர் வயதிலும் அனுபவத்திலும் முதிர்ந்தவர்; மற்றொருவர், இளம் துறவி. அவர்கள் செல்லவேண்டிய இடம் இன்னும் வெகுதூரத்தில் இருந்தது. நடையை எட்டிப் போட்டு, வேகவேகமாக நடந்துகொண்டிருந்தார்கள் இருவரும். மலைச்சரிவில் இருந்து இறங்கி வந்தபோது எதிரே ஓர் ஆறு தெரிந்தது. அன்றைக்கு அந்த ஆற்றில் நீர்ப்பெருக்கு அதிகமாக இருந்தது. வெள்ளம் என்று சொல்லமுடியாதே தவிர, எளிதாகக் கடந்துபோய்விட முடியாதபடி அதிகமான நீர் பெருக்கெடுத்து ஓடிக்கொண்டிருந்தது. ஆனாலும் அன்றைய மாலைக்குள் அவர்கள் ஓர் இடத்துக்குப் போகவேண்டிய சூழல்!

ஆற்றில் எவ்வளவு நீர் ஓடும் என்று கணக்குப் பார்த்தார், மூத்த துறவி. எப்படியும் நெஞ்சைத் தொடும் அளவுக்கு

ஆழம் இருக்கும் என்று அவருக்குப் புரிந்தது. அவர் சற்றும் யோசிக்கவில்லை, 'சரி... போகலாம்' என்று, இளம்துறவியைப் பார்த்துச் சொன்னார். அப்போதுதான் இளம்துறவி வேறு எங்கோ பார்த்துக்கொண்டிருப்பது தெரிந்தது. இளம்துறவியின் பார்வை சென்ற திசையில் திரும்பிப் பார்த்தார். அங்கே ஓர் இளம் பெண் நின்றுகொண்டிருந்தாள். அவளும் அவர்களைப்போல ஆற்றைக் கடக்கத்தான் நின்றுகொண்டிருக்கிறாள் என்பது அவருக்குப் புரிந்தது. உடனே அவர், அந்தப் பெண்ணின் அருகே சென்றார்.

"ஏனம்மா இங்கே நின்றுகொண்டிருக்கிறாய்?" என்று கேட்டார், மூத்த துறவி.

"நான் அக்கரைக்குப் போகவேண்டும். ஆனால் ஆற்றைக் கடக்க பயமாக இருக்கிறது. எனக்கு உதவி செய்வீர்களா?"

இறைஞ்சும் அவளின் குரல், அவரை என்னமோ செய்தது. அதற்குப்பிறகு அவர் ஒரு கணம்கூட யோசிக்கவில்லை. அவளைத்தூக்கி தன் தோளில் வைத்துக்கொண்டார். ஆற்றில் இறங்கினார். விடுவிடுவென நீரில் நடந்துபோனார். இதைப் பார்த்துத் திகைத்துப்போன இளம்துறவி அவர்களின் பின்னாலேயே ஆற்றில் இறங்கி நடந்தார். அக்கரைக்குப் போனதும், மூத்த துறவி அந்தப் பெண்ணை கீழே இறக்கிவிட்டார். அவள் இருவரையும் வணங்கி, நன்றி சொல்லிவிட்டுத் தன் வழியில் போனாள். பிறகு துறவிகள் இருவரும் தங்கள் வழியில் நடக்கத் தொடங்கினார்கள்.

மௌனமாக மூத்த துறவியின் பின்னால் நடந்துகொண்டிருந்தாலும், இளம்துறவியின் மனம் அவர் நிலையில் இல்லை. மூத்த துறவி, அந்தப் பெண்ணைத் தூக்கித் தோளில் வைத்தபடி ஆற்றைக் கடக்கும் காட்சியே நினைவில் திரும்பத் திரும்ப வந்துகொண்டிருந்தது. வெகுதூரம் நடந்தபிறகுதான் பெரியவருக்குத் தன்னுடன் வரும் இளையவரின் மௌனத்தை உணரமுடிந்தது. 'எப்போதும் ஏதாவது சந்தேகம் கேட்டபடி வருவான்... வெகுநேரமாக மௌனமாக இருக்கிறானே!' என்று நினைத்தார். திரும்பியவர், தன் பின்னால் வந்துகொண்டிருந்த இளம் துறவியின் முகம் வாடியிருப்பதையும் பார்த்தார். ஏதோ ஒரு சங்கடம் முகத்தில் நிலவுவதையும் புரிந்துகொண்டார்.

"என்ன ஆனது உனக்கு? வெகுநேரமாகப் பேசாமல் வந்துகொண்டிருக்கிறாயே!" என்று கேட்டார்.

"குருவே, எனக்கு ஒரு சந்தேகம். அது என்னைக் குழப்பிக்கொண்டிருக்கிறது."

"என்ன?"

"நாம் புத்த துறவிகள். பெண்களைத் தொட நமக்கு அனுமதியில்லை. அப்படியிருக்க, நீங்கள் அந்த இளம்பெண்ணை தோளில் தூக்கிக்கொண்டு ஆற்றைக் கடந்துவந்தீர்களே... அது சரிதானா?"

மூத்த துறவி, அவரை ஒரு கணம் உற்றுப் பார்த்தார். பிறகு சொன்னார்: "நான் பலமணி நேரங்களுக்கு முன்பாகவே ஆற்றங்கரையில் அந்தப் பெண்ணை இறக்கி விட்டுவிட்டேன். நீதான் இன்னமும் அவளைச் சுமந்துகொண்டிருக்கிறாய்..."

இப்படிச் சொல்லிவிட்டு, மூத்த துறவி அவர் போக்கில் நடந்து போய்க்கொண்டேயிருந்தார். நினைவுகளைச் சுமந்து அலையாது இருக்க, மனமற்ற நிலைக்குச் செல்லவேண்டும். அந்த நிலையை அடைய, உன்னையே நீ அறிய வேண்டும்.

7

உதட்டுக்குள் சிரிக்கிறான் வேலைக்காரன்
மேலதிகாரி முன்
கைகட்டி நிற்கும் அதிகாரி

இயற்கையை, காலநிலையை, அழகியலை மட்டுமல்ல; காலத்திற்கு ஏற்றவாறு தன்னைத் தகவமைத்துக் கொண்டு பயணித்தபடி இருக்கிறது ஹைக்கூ. ஒரு கவிஞன் சமூக அவலங்களை, ஏற்றத்தாழ்வுகளை அவசியம் பாடவேண்டும்; அது எந்த வடிவக் கவிதையாக இருப்பினும்.

மனிதனின் ஆன்ம விசாரணையை மிக இலகுவான முறையில் சொல்லிவிடும் ஹைக்கூ, அதிகாரத்துவத்தை விமர்சித்துப் பாடுமா? என, எனக்கு ஒரு சந்தேகம் வந்துவிட்டது. தேடலின் விடை, அதிகாரத்துவம் *(Bureaucrat)* என்ற தலைப்பிலேயே ஜப்பானில், ஒரு ஹைக்கூ புத்தகமே வெளியிட்டு இருக்கிறார்கள்.

சமூக, அரசியல், சாதிய, பொருளாதார ஏற்றத்தாழ்வுகள், வரி ஏய்ப்பு, வறுமை, பசியென பல்வேறு வெளியுலக வாழ்வியல் குறித்தும் ஹைக்கூ பாட வேண்டும். உள்முகமாய்ப் பயணிக்கவும், மனமற்றுப் போகவும் மிக எளிய முறையில் நிகழ்வுகளைச் சொல்லும் ஹைக்கூ. அகமும், புறமும் எப்படி ஒன்றொடொன்று தொடர்புடையவை என்ற மிகப்பெரிய செய்திகளையும் சொல்லி வியப்பில் ஆழ்த்துகிறது.

இடிப்பாரை இல்லாத ஏமரா மன்னன்
கெடுப்பாரை இலானும் கெடும்.

என்ற குறள் நினைவுக்கு வருகிறது. காலங்காலமாக அரசவைக் கவிஞர்கள், நாட்டில் நடக்கும் அவலங்களை சூசகமாய்ப் பாட,

மன்னன் புரிந்துகொண்டு, அதைச் சரிசெய்வது வழக்கம். நவீன இலக்கியக் காலத்திலும் சில கவிஞர்கள், தொடர்ந்து அப்பணியை ஆற்றிவருகிறார்கள். அவ்வகையில், இன்று பார்க்கப்போகும் ஹைக்கூவும் அப்பணியை செவ்வனே செய்துள்ளது.

கன்ரியோ (Kanryō)

கன்ரியோதன்மை என்றால், அதிகாரத்துவம் குறித்துப் பாடுவது. அதிகாரத்துவம் என்றவுடன் இது, எப்போது மனிதனிடையே வந்தது என்ற சிந்தனை வந்துவிட்டது. ஆதிமனிதனிடம் இல்லாத ஒன்று எப்படி வந்தது? காட்டு விலங்குகளை அடிமைப்படுத்த ஆரம்பித்தபோதே இந்த அதிகாரம் செய்யும் போக்கு மனிதருக்குள் வந்திருக்க வேண்டும்.

யானை, சிங்கம், குரங்கு, கரடியென அனைத்து விலங்குகளையும் சர்க்கஸிற்கும், குதிரை, மாடு, நாய் போன்றவற்றை தன் தேவைக்காகவும் அடிமைப்படுத்தியபோதுதான் அதிகார எண்ணம் முளைவிட்டிருக்க வேண்டும். அந்தக் கணத்தில்தான், மனிதனும் மனிதத்தன்மையை இழந்திருக்க வேண்டும்.

மனிதத்தன்மையை மீட்டெடுத்திடத்தான் ஸென், சூஃபி என அனைத்து வழிகளும் ஆன்மாவைத் தூய்மை செய்ய வழிவகுக்கின்றன. ஆன்மா என்பதை 'உள்' என்றும், சமூகம் என்பதை 'வெளி' என்றும் வைத்துக்கொள்வோம். உள்மாற்றம் வந்தபின் இந்த வெளியில்தான் வாழவேண்டியிருக்கிறது. உள்மாற்றம் வந்தபின், இதே சமூகத்தில் வாழ்வது எத்தனை சிரமமானது?

அப்படியெனில், வெளி மாற்றத்தை எப்படிக் கொண்டுவருவது? ஏதும் புரட்சி செய்வதா? புரட்சி செய்பவர், எப்போதும் தனி ஆளாக இருக்கமுடியாது. அதற்கு அவரைச் சுற்றி ஒரு கூட்டம் வேண்டும். பின் பதவி வரும். பதவி வந்தவுடன் அதிகாரமும், தொடர் நிகழ்வாய் ஊழலும் பெருகும். புரட்சி என்ற சொல் வேண்டாம். மாற்றம் என்று சொல்லலாம். எழுச்சியானவர்கள்தான் தேவை. அவர்களால்தான் மாற்றத்தைக் கொண்டுவர முடியும். அதிகாரத்துவம் என்றவுடன் அதிகாரி என்ற சொல்லும், அதன் பாவனையுடன் கூடிய ஒரு கற்பனை உருவமும் மனதிற்குள் வந்துவிடுகிறது. அதிகாரி என்றால், கூடவே நிற்கும் அவரது இடைநிலை மற்றும் கடைநிலைப் பணியாளர்களும் நினைவுக்கு வருகின்றனர்.

அதிகாரி வருவதற்குமுன்னரே ஏழை, பணக்காரன். முதலாளி, தொழிலாளி என்ற பாகுபாடு எல்லாம் இருந்திருக்கிறது. பண்ணையாரும், கக்கத்தில் இடுக்கிய குடையுடனான கணக்குப்பிள்ளையும், அவருக்குக் கீழே பணியாற்றும் கிராமணியும் அவர்களின் உடல்மொழியும் கண்ணுக்குள் விரிகிறது. அப்படியெனில், அதிகாரியென்ற வடமொழிச் சொல், ஆங்கிலேயன் நிறுவிய, ஆஃபிஸ் என்பதோடு உள்நுழைந்திருக்கிறது. அலுவலகம் என்ற ஒன்று வந்தபின் கீழ்நிலை அதிகாரி, இடைநிலை அதிகாரி, உயர்மட்ட அதிகாரி இவர்களுக்கு இடையேயான நடைமுறைகள், இவர்களுக்குக் கீழேயுள்ள பணியாட்களின் நடவடிக்கைகள், அதன்பின்னுள்ள உண்மை மற்றும் புனைவுகளும் எனக் காட்சிகள் விரிய விரிய... அறிஞர் அண்ணா அவர்களின் 'செவ்வாழை' மற்றும் 'மேலதிகாரி' என்ற கதைகளும். ஜெயந்தன் எழுதிய 'முனியசாமி' என்ற கதையும் சிந்தைக்குள் வந்து செல்கின்றன.

இதற்கும் ஸென்னுக்கும் என்ன தொடர்பு? தொடர்பு இருக்கிறது. என்னவென்று பார்ப்போம்.

அதிகாரத்தை மேடைபோட்டுக் காட்டும் சில ஹைக்கூவைப் பார்ப்போம்.

'அரசரின் நகர்வலம்
தொப்பியைக் கழற்றவில்லை
வயற்காட்டு பொம்மை'.

மந்திரிகள் அதிகாரிகளெல்லாம் மன்னர் முன்பு, போலியான பவ்யத்தோடு நடந்துகொள்வதை கிண்டலாகச் சுட்டிக்காட்டும் கவிதை.

'ஒரு ஆந்தை
ஒரு வெள்ளைப் பறவை
தூர வடக்கில்'.

- கனியா நிமிர்ஷூத்

இந்த ஹைக்கூ, இரண்டு செய்திகளை முன்வைக்கிறது. ஒன்று அதிகாரத்தில் இருப்பவர் வெள்ளை காக்கா பறக்குதுன்னு சொன்னா ஆமான்னு சொல்ற நிலை. அடுத்தது, அவரவர் நிலையிலிருந்து பார்க்க ஆந்தையாக ஒருவருக்கும், வெள்ளைப் பறவையாக

மற்ற ஒருவருக்கும் தோன்றுகிறது. இடத்தைப் பொறுத்து காட்சி மாறும் என்பதைப்பற்றி பேசுகிறது இந்த ஹைக்கூ. இன்று நாம் பார்க்கப்போகும் ஹைக்கூவும் ஒரு மெல்லிய நையாண்டி தொனியுடன், அதிகாரத்துவத்தின் நிலையற்றதன்மையைச் சொல்கிறது.

ஹைக்கூ என்பது (sabi) சபிதன்மையுடன் இலகுவாய், போகிறபோக்கில் ஒன்றைச் சொல்லிவிடுவதும், அதை ஆழ்ந்து நோக்க ஞானத்திற்கான வழியை வைத்திருப்பதும்தான். அந்தவகையில், இன்றைய ஹைக்கூவை சுவைத்து மகிழ்வோம், வாருங்கள்.

Impermanent, alas, are conditioned things! Their very nature is to arise and vanish. Having arisen they then cease. Their subsiding is blissful!

-Buddha.

பிருந்தா சாரதியின் தரிசனம்

'உதட்டுக்குள் சிரிக்கிறான் வேலைக்காரன்
மேலதிகாரி முன்
கைகட்டி நிற்கும் அதிகாரி'.

கிகோ - KIGO

எக்காலத்திற்கும் பொருந்தும் ஹைக்கூ.

வசந்தகாலம்: பிப்ரவரி, மார்ச், ஏப்ரல்.
அவதானிப்பு: பணியாளர் திருவிழா.
பருவ நிலை: நெடிய பகல், மெல்ல நகரும் நாள், தெளிவு, அமைதி.

இந்த ஹைக்கூவில், வேலைக்காரன் என்ற சொல் கிகோவாகும். உதட்டுக்குள் சிரிக்கும் தெளிவும், கைகட்டி நிற்கும் அமைதியும் கிகோவை உறுதி செய்கிறது. எக்காலத்திற்கும் பொருந்தும் என்பதே இந்த ஹைக்கூவின் சிறப்பு.

சொல்லோவியப் பார்வை

சற்று என்னையே நான் திரும்பிப் பார்த்துக்கொள்ள வைத்த ஹைக்கூ. கன்ரியோ *(Kanryo)* தன்மையும், சபிதன்மையும் இணைந்துள்ள, காலச்சூழலுக்கு ஏற்ப தகவமைத்துக் கொண்ட ஹைக்கூ இது.

பொதுவாக, கவிஞர் பிருந்தா சாரதியின் ஒவ்வொரு ஹைக்கூவும் பல்வேறு சிந்தனைகளை, உணர்வுகளை, காட்சிகளை என்னுள் இறக்கிவைத்து விடுகின்றன. அத்தனையையும் விவரித்துவிட முடிவதில்லை என்பதுதான் உண்மை. அப்போதெல்லாம், ஓஷோ சொல்வதுபோல் பேசத் தேவையற்று, இதே ஆழத்துடன் ஹைக்கூவை புரிந்துகொண்டவருடன் அமைதியாக அமர்ந்துகொள்வதே போதுமானது என்று தோன்றிவிடுகிறது.

ஒரு புன்னகையில் பரிமாறிக் கொள்ளப்படும் ஒத்திசைவான புரிதலின் அடர்வை வார்த்தைகளில் சொல்லிவிட முடிவதில்லை. ஹைக்கூவின் முதல் வரி,

'உதட்டுக்குள் சிரிக்கிறான் வேலைக்காரன்'.

சத்தமாகச் சிரிக்கவில்லை என்பதைச் சொல்லாமல் சொல்லியிருப்பதின்மூலம் அந்தச் சிரிப்பு ஆனந்தச் சிரிப்பல்ல என்பதும் ஆனால் பலகாலமாக தன்னை விரட்டி விரட்டி அதிகாரத்தைக் காண்பித்து, தன் சுயத்தைக் காயமடையச் செய்த ஒருவர் சுயத்தை இழந்து நிற்கும்போது, தன் காயங்களையெல்லாம் ஒற்றை நமுட்டுச் சிரிப்பாய் வழியவிடுகிறது, அடங்கிக் கிடந்தவரின் மனம் என்பதையும் உறுதிசெய்கிறது பின்வரும் வரிகள்.

இது அதிகாரிகளின் ஆணவச் சிரிப்பு
இது அடங்கி நடப்பவரின் அசட்டுச் சிரிப்பு

எனும் கலைவாணர் என்.எஸ்.கிருஷ்ணன் அவர்களின் புகழ்பெற்ற திரைப்படப் பாடல் வரியை நினைவூட்டுகிறது முதல் வரி. அடுத்த வரி, 'மேலதிகாரி முன்' இந்த வரிதான் இந்த ஹைக்கூவின் உயிர்நாடி. இந்த வரியை நீக்கிவிட்டுப் படித்தால், ஹைக்கூ சொல்லவந்த செய்தியே மாறிவிடும். வேலைக்காரன் பணிவு இல்லாதவன், அதிகாரியைச் சீண்டுபவன் என்பதாக. ஆனால்

பிருந்தா சாரதியின் ஹைக்கூக்களை முன் வைத்து / கோ.லீலா 94

இந்த ஒற்றை வரிதான் பல்வேறு காட்சிகளை கண்முன் விரியச் செய்கிறது.

அடுத்த வரி,'கைகட்டி நிற்கும் அதிகாரி'. இந்த வரி, முதல் வரியின் அடர்வைக் கூட்டுகிறது. 'அதிகாரி' என்று மட்டும் இருந்திருந்தால் இத்தனை நையாண்டி அதில் தொனிக்காது.

'கைகட்டி நிற்கும் அதிகாரி' என்ன பவ்யமாய், அமராமல் நிற்கிறார்? அதுவும் கைகட்டி எனும்போது. மனக்கீறலுடன் ஓயாது வளையவரும் வேலைக்காரருக்கு நமுட்டுச் சிரிப்பு வருவது இயல்புதானே.

இவையெல்லாம் சொற்சுவை. சமூகப் பார்வை. இந்த ஏற்றத் தாழ்வு எப்படி வந்தது?

காலங்காலமாக சமூகமும், சில நிறுவன அமைப்புகளும், பெற்றோரும் நம்மை நெறிப்படுத்துவதாக நினைத்து குழந்தைப் பருவத்திலிருந்தே சுதந்திரம் அளிக்காமல் அவர்களது கருத்தை ஏற்றிவிடுகிறார்கள். சற்று அறிவு முதிர்ச்சி வந்தவுடன், சிலவற்றை நாமே விலக்கிவிடுகிறோம். உண்மை நிலையை அறிந்தவன், அன்பால் நிறைந்து வழிகிறான். எந்த வேறுபாடும், ஏற்றத்தாழ்வும் கிடையாது. புல்லும், சூரியனும் சமமே இயற்கைக்கு. அந்தஸ்து, கௌரவம் இன்னும் இதுபோன்ற பலவும் மனித மனம் உருவாக்கியது. மீண்டும் இந்த ஹைக்கூவை படியுங்கள்.

'உதட்டுக்குள் சிரிக்கிறான் வேலைக்காரன்
மேலதிகாரி முன்
கைகட்டி நிற்கும் அதிகாரி'.

அன்றாட வாழ்க்கையின் அத்தனை ஏற்றத் தாழ்வுகளையும் மூன்றே வரிகளில் சொல்லிவிடுகிறது இந்த ஹைக்கூ.

சமத்துவப் பார்வை

இந்த ஏற்றத் தாழ்வின் வேர் தேடிப் போனால் கல்வி, பொருளாதாரம், சாதியம் எனும் பல்வேறு சல்லிவேர்கள் சேர்ந்து, ஏற்றத்தாழ்வெனும் ஆணிவேரை நிலைநிறுத்தி இருப்பதை உணரலாம். கவிஞர் பிருந்தா சாரதியின் ஹைக்கூ எழுதப்பட்டிருக்கும் காலம், கணினி உட்பட பல்வேறு தொழில்நுட்பங்கள் முன்னேறியுள்ள காலக்கட்டம். ஆணிற்கு இணையாகப் பெண்ணும் அலுவலகப் பணியாற்றும் காலம்.

இந்தச் சூழ்நிலையில், ஆதாரப் பணியாளர் இத்தனை மன உளைச்சலுடன் இருந்தால் அந்த அதிகாரி சொல்லும் வேலையை சரியாகச் செய்வாரா? மேலாண்மை நுட்பங்கள், மனிதவள மேம்பாடு எனப் பல்வேறு வழிமுறைகள் இன்று அதிகாரிகள் மற்றும் அவரின்கீழ் பணிபுரிவோர்களுக்கு ஆரோக்கியமான நடைமுறைகளை பின்பற்றச் சொல்லித் தருகின்றன.

ஞானப்பார்வை

ஸென் என்னதான் சொல்கிறது என்று தேடியபோது, *Zen of Bureaucracy* என்ற பழங்காலத் தத்துவத்தின் அடிப்படையில் மனிதவள மேம்பாடு, மேலாண்மைக்காக ஆறு மூதுரைகளை உருவாக்கியுள்ளன. அவற்றினுள் நுழைந்தால் அது ஒரு தனிக் கட்டுரையாக விரிந்துவிடும் என்பதால் மேற்கோளுடன் நிறுத்திக் கொள்கிறேன்.

'அதிகாரத்துவம், பதவி போன்றவற்றிலிருந்து விடுதலை பெறாதவன் மற்றவனுக்கு கற்றுக்கொடுக்க இயலாது. அதிகாரத்துவத்தில் இருக்கும் ஒருவன் அதன் பதவியிலும், அதன் வேலைகளிலும், அதன் முக்கியத்துவத்திலும் தன்னை அடையாளப்படுத்திக் கொள்வதால் அதனுடன் பற்றை ஏற்படுத்திக் கொள்கிறான். சத்தியம் என்ற சுதந்திரத்தைப் புரிந்துகொள்ள உளவியலான அனுபவத்திலிருந்து விடுதலை பெறுவது அவசியம். அப்படி ஒரு குழு வந்தால், அவர்கள் ஓர் புதிய உலகத்தையும், புதிய கலாச்சாரத்தையும் உருவாக்க முடியும்'.

- ஜே.கிருஷ்ணமூர்த்தி
Ojai, 4th Public Talk 4th June, 1944

ஒரு அலுவலரின் இருப்பு, அத்தியாவசிய இருப்பாக (*Inevitable/Essential existing*) மாறும்போது, அவரை யாராலும் ஒன்றும் செய்துவிட முடியாது. சாதி வேறுபாடு, ஆண், பெண் எனும் பால் வேறுபாடு, உயரதிகாரி, இடைநிலை அதிகாரி என்ற படிநிலை வேறுபாடு என எதுவும் உங்களை அசைத்துவிட முடியாது என்பது என் அனுபவம். ஆதாரப் பணியாளர்களிடம் மனிதநேயத்துடனும், அன்புடனும் நடந்துகொள்ளும்போது பணியில் நேர்த்தியும், ஒழுங்கும் மேன்மையடையும்.

ஸென் உள்ளமைதியைச் சொல்கிறது. இன்றைய ஹைக்கூ, பிறரின் மன அமைதியையும், ஏற்றத்தாழ்வு என்று ஏதுமில்லை

இந்தப் பிரபஞ்சத்தில். ஒவ்வொன்றும் தனித்தன்மை வாய்ந்தது என்பதால் அவற்றை மதித்து நட என்பதையும் சொல்கிறது. இயற்கையின் விதியை மீறும்போது எளியது என்று எதை நினைக்கிறாயோ அதுவே உன்னை ஏளனப்படுத்தும் நிலைக்கு ஆளாவாய் என்பதுதான். இப்போது மீண்டும் இந்த ஹைக்கூவை படியுங்கள்.

'உதட்டுக்குள் சிரிக்கிறான் வேலைக்காரன்
மேலதிகாரி முன்
கைகட்டி நிற்கும் அதிகாரி'.

இது ஒழுக்கமின்மையல்ல, அடக்கிவைக்கப்பட்ட இயலாமை. ஒழுக்கம் என்பது விரும்பி ஏற்றுக்கொள்ளல்.

நெறிப்படுத்துதல் (Conditioning) என்பதுதான், இந்தச் சமூகம் நம்மேல் ஏற்றிவிடும் சுமை. அந்தச் சுமையை உதிர்த்துவிடுங்கள். ஏற்றத்தாழ்வு நீங்கி எங்கும் ஒரு ஆனந்தப் புன்னகை மலரட்டும் என்பது தான் இந்த ஹைக்கூவின் மறைமுகச் செய்தி.

ஆண்டன் செகாவ் கதை
குமாஸ்தாவின் மரணம்

இது ரஷ்யக் கதை

அதிகாரத்துவத்திற்குப் பெயர்போன ரஷ்ய அதிகாரி ஒருவரையும், அவரின்கீழ் பணிபுரியும் குமாஸ்தா ஒருவரைப் பற்றியுமான கதை.

அச்சுமேலவ் ஒரு கீழ்நிலை குமாஸ்தா. அவன் ஒருநாள் மாலை, நாடகம் பார்க்கப்போகிறான். பெரிய மனிதர்கள் வருகைதரும் நாடக அரங்கு அது. முன்வரிசைக்குப் பின்னால், இரண்டாம் வரிசையிலேயே அவனுக்கு இடம் கிடைத்துவிட்டது. நாடகம் தொடங்கியது. அவன் நாடகத்தில் லயித்துப்போனான். திடீரென்று ஓர் அசம்பாவிதம். அவனுக்குத் தும்மல் வந்துவிட்டது. தும்மல் வந்தால் யாரும் விறைப்பாக உட்கார்ந்து தும்முவது இல்லை. லேசாக முன்னால் குனிந்து 'அச்சுக்' என்று இரண்டு முறை தும்மினான். முன்னால் குனிந்தவன், முன்வரிசையில் அவனுக்கு நேராக உட்கார்ந்தவர்மீது தன் தும்மலைப் படரவிட்டிருக்க வேண்டும். தும்மலின் நுண்ணிய நீர்ப்பிரயோகம் அவர்மேல் பட்டுவிட்டதுபோலும். அந்த மனிதர் சற்றே லேசாகத் திரும்பி,

அவன் முகத்தைக்கூட முழுமையாகப் பார்க்காமல், என்ன சத்தம் என்பதுபோல் பார்த்துவிட்டு நாடகத்தைக் கவனிக்கலானார்.

நம் அச்சுமேலவுக்குப் 'பகீர்' என்றது.

முன்னால் உட்கார்ந்திருப்பவர் - அவன் யார்மேல் தும்மினானோ அந்த மனிதர் - அவனுடைய மேலதிகாரி. பெரிய அதிகாரி. என்ன அசம்பாவிதம்? அதிகாரி மேலேயா தும்மினேன்? ஐயோ!

அவன் நாடகம் பார்த்தான். மனசுக்குள் நாடகம் புகவில்லை. அதிகாரிமேல் தும்மிவிட்டு நாடகம் பார்க்கிறாயா, முட்டாளே? என்று, தன்னைத் தானே திட்டிக்கொண்டான். அதிகாரி பக்கம் குனிந்து, அவர் காதோரம் 'எக்ஸ்கியூஸ் மீ சார்' என்றான்.

'என்ன' என்று அதிகாரி திரும்பினார்.

'தும்மல் என்பது, ரொம்ப இயற்கையான சமாசாரம் சார். தாங்கள் என்று தெரிந்திருந்தால் இடதுபக்கம் திரும்பி தும்மியிருப்பேன்... மன்னிக்கவும் சார்' என்றான், மிகவும் தாழ்மையான குரலில்.

'இட்ஸ் ஆல் ரைட்' என்று சொல்லிவிட்டு அதிகாரி, நாடகத்தின் பக்கம் பார்வையைத் திருப்பினார்.

அவர் சொன்னவிதம், சரியாக இல்லையே என்று இவன் நினைத்துக்கொண்டான். முகத்தில் புன்சிரிப்பு?... நட்பான பாவனை?... எதுவும் இல்லை. அந்தக் குரலில் கொஞ்சம் கடுமையும் இருப்பதுபோல் தோன்றியது. ஒரு குமாஸ்தா பொது இடத்தில் தும்முவதே தவறு. அதுவும் அதிகாரியின் தோள்புறத்தில்.

அவனால் நாடகம் பார்க்க முடியவில்லை. சற்றுநேரம் கழித்து, அவர் தோள்பக்கம் குனிந்து, தன் கைக்குட்டையால் அவர் தோளைத் துடைத்தான்.

அதிகாரி திரும்பி, 'என்ன செய்கிறாய்' என்றார்.

'எக்ஸ்கியூஸ் மீ சார்... தும்மல் என்பது, ரொம்ப இயற்கையான சமாசாரம் சார். பருவநிலை ரொம்ப மோசம் சார். அதான்.'

'சூ... நாடகம் பார்க்க விடு என்னை' என்றபடி விருட்டென்று திரும்பிக்கொண்டார், அதிகாரி.

நிச்சயம் கோபம்தான். அதிகாரிக்குக் கோபம் வரச் செய்துவிட்டேனே... அவன் நிலைகுலைந்து போனான். முள்மேல் உட்கார்ந்திருந்தான். என்ன மடத்தனம்? இந்த இடத்திலா தும்மல் வரவேண்டும்? நாளைக்கு அவன் சீட்டு கிழியப் போகிறது. அவனும் அவன் குடும்பமும் நடுத் தெருவில் நிற்கப் போகிறது. கடவுளே...

இடைவேளை விட்டார்கள். அதிகாரி வெளியே சென்று, காபி கப்பை வாங்கிக்கொண்டு தனிமையான ஓரிடம் நின்று அருந்தத் தொடங்கினார். ஆகாயத்தைப் பார்த்தபடி, நின்றவரின் தோள்பட்டைப் பக்கம் நெருங்கி நின்று, 'எக்ஸ்கியூஸ் மீ சார்' என்றான் நம்மாள். அதிர்ச்சி அடைந்த அதிகாரி காபியைச் சிந்திவிட்டார். காபிக் கோப்பை கீழே விழாதது அதிர்ஷ்டம்தான்.

'என்னய்யா?'

'தும்மல் என்பது, ரொம்ப இயற்கையான சமாசாரம் சார். முன்னால் இருப்பவரின் மரியாதை தெரியாமல் அது வந்துவிடுகிறது, சனியன்.'

'போ.... இங்கேருந்து... போறீயா இல்லயா?'

அதிகாரி, நாடகம் முடிந்து வண்டிக்குத் திரும்பினார். அவன், சக்கரத்தின் பக்கம் பதுங்கி நின்றான். நிழலாடுவதைக் கண்டு திடுக்கிட்ட அதிகாரி 'யாரது?' என்றார்.

'சார்... தும்மல் என்கிறது...'

'நிறுத்து. பைத்தியமா நீ? முட்டாள், முட்டாள். தொலைந்து போ... என் எதிரே வராதே...'

நடைப்பிணமாக வீடுவந்து சேர்ந்தான். படுத்தான். உறக்கம் வரவில்லை. கதிகலங்கிப் போய் இருந்தான் அவன். இனியும் முடியாது. அதிகாரி வீட்டுக்குப் புறப்பட்டுவிட்டான். மணி 3.15. குளிர் உடம்பைச் சுருட்டியது. பனிச்சாரல் வேறு. அதிகாரி வீட்டு அழைப்புமணிக் கயிறை இழுத்து அடித்தான். மணிச்சத்தம் கேட்டு எழுந்த அதிகாரி சுவர்க்கடிகாரத்தைப் பார்த்தார். மணி 3.45. இந்த நேரத்தில் அவரை எழுப்பும் தகுதி உள்ளவர் கவர்னராகத்தான் இருக்க முடியும். அவருக்குமுன் இரவு உடையிலா போவது? தன் உத்தியோக யூனிபார்மை அணிந்துகொண்டு தொப்பி, துப்பாக்கிசகிதம், இருட்டில் தட்டுத்தடுமாறி படி இறங்கிவந்து

கதவைத் திறந்து 'கவர்னருக்கு' சல்யூட் வைத்துக்கொண்டு நின்றார். எதிரில் நிற்பவர் கவர்னர் இல்லை என்பதைப் புரிந்துகொள்ள சற்றுநேரம் பிடித்தது. காதலிக்குப் பூ கொடுப்பதுபோல, குனிந்து வளைந்து குமாஸ்தா மரியாதையைச் சொன்னான்.

'சார்... தும்மல் என்கிறது இயற்கை சமாசாரம்... அது திட்டமிட்டு...'

அதிகாரி கர்ஜித்தார். 'இது என்ன?'

'து...ப்..பா...க்...கி சா...ர்'

'உன்னை எங்கே, எப்போ பார்த்தாலும் இதைப் பயன்படுத்தாமல் இருக்கமாட்டேன்...'

மிகுந்த சோகத்துடன் குமாஸ்தா திரும்பி வந்து தன் படுக்கையில் படுத்தான். மறுநாள் அவன் மனைவி வந்து பார்த்தபோது அவன் படுக்கையிலேயே செத்துக் கிடந்தான்.

இந்தக் கதையை செகாவ், 1800களின் கடைசிப் பகுதியில் எழுதினார். ரஷ்ய சமூகம் இதைப் படித்து, 'இப்படியா நம் சகமனிதர்கள் அஞ்சி அஞ்சி அதிகார வர்க்கத்திடம் அடிமைப்பட்டுக் கிடக்கிறார்கள்' என்று கோபம் கொண்டது. இதுபோன்ற பல்வேறு சமூகக் கோபங்கள்தான் 1917இல் ரஷ்யாவில் புரட்சிக்குக் காரணமாயின.

பல்வேறு காட்சிகளை, கதைகளை, புரட்சிகளை, தத்துவத்தை, மனிதவள மேலாண்மையை, பல்வேறு கவிஞரிகளின் வரிகளையெல்லாம் நினைவூட்டிவிடும் ஆற்றல் ஹைக்கூ கவிதைகளுக்கு இயல்பாகவே உண்டு.

சுவாரஸ்ய செய்தி

ஆன்டன் செகாவின் 'ஒரு குமாஸ்தாவின் மரணம்' என்ற ரஷ்ய மொழிக் கதைக்கு சுமார் 35 ஆண்டுகளுக்குமுன் எழுத்தாளர் பிரபஞ்சன் அவர்கள் கொடுத்த நாடக வடிவம் இது. இன்று எழுத்தாளர் பிரபஞ்சன் அவர்களின் பிறந்தநாளில் அவருக்குச் செய்யும் மரியாதையாக அவர் மொழிபெயர்த்து எழுதிய நாடக வடிவக் கதை.

8

பயணிகள் கரையேறிவிட்டனர்
படகோட்டி ஓய்வெடுக்கிறான்
படித்துறையில் தத்தளிக்கிறது படகு

ஹைக்கூ என்பது, எப்போதும் வானவில்போல் தோன்றி ஞானத்தென்றலை வீசச் செய்யும். எளிமையான காட்சிகள்மூலம் ஞான தரிசனங்களை வழங்கி, பல்லாயிர இதழுடைய தாமரை மலரை உங்களுள் விரியச் செய்துவிடும் பேராற்றல் மூன்று வரி ஹைக்கூவிற்கு உண்டு. வெற்றுப் பாத்திரமாய் இருப்போரை ஞானச்சாறு கொண்டு நிரப்பிவிடும் அதீத சக்தி கொண்டது ஹைக்கூ.

'சும்மாயிருத்தல் சுகம்' என்பது சித்தர் வாக்கு. சும்மாயிருத்தல் என்பது வேலை செய்யாமல் சோம்பேறியாக இருத்தலன்று. நினைவுகளின் சுமையற்று ஏகாந்தத்தில் சுகம் காண் என்பதே அம்மொழி. ஒன்றுமில்லாததில் இருந்துதான் அனைத்தும் வருகிறது *(Everything comes out of Nothingness)*. ஒன்றுமில்லை என்பதைக் குறித்து பேசத்தான் ஓராயிரம் இருக்கிறது. ஏதுமற்ற நிலையின் நறுமணத்தை நுகரும்போதுதான் மனிதன் முழுமையை எட்டமுடியும். புத்தரும், ஓஷோவும், கபீரும், ஸென்னும் இன்னும் பலப்பல தத்துவவாதிகளும் ஏதுமற்றதை அல்லது வெற்றிடத்தைப் பற்றி பேசுகின்றனர்.

ஓஷோ, 'வெற்றுப் படகு' என்ற தலைப்பில் விரிவாக ஏதுமற்றதாய், வெற்றுப் பாத்திரமாய் இருத்தலின் பேரானந்த நிலையைப் பற்றி எழுதியிருக்கிறார். ஏதுமற்று இரு என்பது, எதிர்மறையான வார்த்தையல்ல. எல்லாமுமாய் இரு என்பதற்கான ஆதி வாழ்த்துச் சொல். சித்தர்களின் சிந்தனையை, ஞானிகளின் பேரானந்த நிலையை, வாழ்வியலின் பெருஞ்சுகத்தை ஒரு ஹைக்கூ சொல்லிவிடும்.

ஜப்பானிய ஹைக்கூ தமிழுக்குத் தேவையா எனில், மகாகவியின் பாரம்பரியத்தில் வந்த தமிழ்க் கவிஞர்கள் பாட்டன் சொல் தட்டாது, கொணர்ந்து சேர்த்த கலைச்செல்வங்களில் ஒன்றுதான் ஹைக்கூ.

இன்று பார்க்கப்போகும் ஹைக்கூ... ஞானச்சாறு.

குக்யோ (Kūkyo) - Emptiness

குக்யோ என்றால், ஏதுமற்றது அல்லது வெற்றுத்தன்மை. மனதை வெறுமையாக்க ஏதுமற்ற ஏகாந்தம் நிரம்பிவழிகிறது, உடலின் அத்தனை துளைகளின் வழியேயும். உதிர்க்கும் சொற்களில் ஆனந்த நடனமிடுகிறது ஏதுமற்ற ஏகாந்தம். ஏதுமற்ற பாத்திரத்தில் நிரம்பி வழிகிறது பிரபஞ்சத்திற்கான பேரன்பு. புகுத்தலும், பறித்தலும் ஏதுமற்ற ஏகாந்தநிலையில் யாவுமாய் நிறைகிறது வெறுமையின் பேரழகு. பெருங்கடலின் நிரம்பிடாத வெறுமை பேரழகாய் மிளிர்கிறது. எண்ணிக்கைக்குள் அடங்கிடா விண்மீன் ஏதுமற்றதாகி மினுங்கி யாவுமாய் ஒளிர்கிறது. மண் வேர் விதை பூமி இன்னும் கீழே கீழே போக ஏதுமற்ற ஒன்றே யாவுமாய் விரிந்து நிமிர்ந்து நிற்கும் பேரதிசயம் உணர்கிறேன். கிளை, இலை, பூ, வான் மேலே மேலே போக ஏதுமற்ற ஒன்றே யாவுமாய் பரந்து விரிந்துகிடக்கும் பேருண்மை காண்கிறேன்.

ஏதுமற்றது ஒரு படகைச் செலுத்துகிறது.
ஏதுமற்றது பறவைக்கு வானாகிறது.
ஏதுமற்றதே யாவுமாகி...

ஏதுமற்ற ஒன்றை ஏதுமற்றதில் தொலைத்துவிட பேரானந்தப் பெரும் ஊற்றாய் பொங்கிப் பிராவகமாகிறது, ஞானத்தின் சுடர் ஒன்று. அப்படி வெற்றுப் படகாகிவிடுவது எத்தனை இனிது... அப்படியொரு வெற்றுப் படகின்வழியே பல்வேறு சிந்தனைகளைத் தருவதுதான் இன்றைய ஹைக்கூ. ஏதுமற்ற நிலையின் நறுமணச் சுகந்தங்களை மாஸ்டர்களின் ஹைக்கூ வழியே நுகர்வோம்.

'மின்மினிப்பூச்சிகள் பார்த்திருக்கின்றன
மூழ்குகிறது படகு
போதையில் படகோட்டிகள்'.
        - பாஷோ

'காற்று இல்லை அலை இல்லை
வெற்றுப் படகு நிலவொளியின்
வெள்ளத்தில் மூழ்கியுள்ளது'.
- டோஜென்

பிருந்தா சாரதியின் தரிசனம்

'பயணிகள் கரையேறிவிட்டனர்
படகோட்டி ஓய்வெடுக்கிறான்
படித்துறையில் தத்தளிக்கிறது படகு'.

கிகோ - KIGO

படகு, படித்துறை, படகோட்டியின் ஓய்வு ஆகியவை இந்த ஹைக்கூவின் கிகோ.

கோடைக்காலம்: மே, ஜூன், ஜூலை.
வாழ்வியல் நிலை: ஆற்றைக் கடக்கும் மகிழ்ச்சி, பகல் தூக்கம்.

ஆற்றைக் கடத்தல் என்ற நிகழ்வை படகு, பயணிகள் என்ற சொற்கள் உறுதி செய்கின்றன. படகோட்டி ஓய்வெடுக்கிறான் என்ற சொற்றொடர், பகல் தூக்கத்தை உறுதி செய்கிறது. தத்தளிக்கும் படகு தெளிவாக பார்வைக்குத் தெரிவதால், பகல் நேரம் என்பதும் உறுதியாகிறது.

தாவோ பார்வை

இந்த ஹைக்கூ, குக்யோ தன்மைகொண்டது. இந்த ஹைக்கூவைப் படித்தவுடன் பேராச்சரியம், சொல்லில் அடக்கிவிடமுடியாதளவு பேரானந்தம், பெரும் மகிழ்ச்சி என எப்படி வேண்டுமானாலும் சொல்லலாம் என்ற 'பெரிது' முன்மொழியோடு சொல்லிக்கொள்கிறேன். என்னவென்று சொல்கிறேன், தாவோவின் தன்மை நிறைந்த ஹைக்கூ இது என்பதுதான்.

ஓஷோ, ஸென், தாவோ, லாவோயிட்ஸ் எனப் பல்வேறு தன்மைகளை ஒவ்வொரு கவிதையிலும், சொல்லிலும், அசைவிலும் தேடித்தேடி சலித்திருக்கிறேன். புதையலைக் கண்டதுபோலொரு ஆனந்தம் தந்தது இந்த ஹைக்கூ.

அடுத்த வியப்பு, 'டோஜன்'. 12ஆம் நூற்றாண்டைச் சேர்ந்த ஸென் துறவி மற்றும் ஹைக்கூ கவிஞர். அவர் பாடிய நிலவொளியால் நிரம்பிக் கிடந்த வெற்றுப்படகு, காலம்கடந்து இந்த நூற்றாண்டில் தமிழ்க் கவிஞரின்மூலம் நமக்குத் தரிசனம் தருவது.

தாவோ தன்மையில் உள்ள கதையொன்றை சுருக்கமாகப் பார்ப்போம்.

'அகா' என்ற ஸென் துறவி, எங்கு அமர்ந்தாலும் தியானத்தில் ஈடுபட முடியவில்லை. இலை உதிரும் சத்தம்கூட அவரை அலைக்கழிக்கிறது. நீண்ட முயற்சிக்குப் பின், ஒரு படகுமூலம் ஏரியின் மய்யப் பகுதிக்குச் சென்று அங்கு தியானம் செய்கிறார். ஒருநாள், மீண்டும் சத்தம். கண்விழித்துப் பார்க்கிறார். இன்னொரு படகு, இவரது படகை நோக்கி முட்டுவதுபோல் வருகிறது. அகா சத்தமிடுகிறார், முட்டாளே! படகை ஒழுங்காக ஓட்டு என்கிறார். மீண்டும் மீண்டும் உரத்துக் கத்திக்கொண்டேயிருக்கிறார். படகு முட்டிவிட்டது. பிறகுதான் பார்க்கிறார், அந்தப் படகில் யாருமில்லை, காற்றில் நகர்ந்துவந்து முட்டிவிட்டது. வெற்றுப்படகின்மீது கோபம் ஏற்பட்டதை எண்ணிச் சிரிக்கிறார். மனிதர்கள் இருந்தால் கோபம் வந்துவிடுகிறது. சட்டென்று ஞானம் பெறுகிறார். நம் சொந்தப்படகை நாம் வெற்றுப் படகாக்க வேண்டும். (Empty your own boat). உலகமும் வெற்றுப்படகென எண்ணிக் கொள். கோபமும் பிற உணர்வுகளிலிருந்தும் விடுபட்டு பேரானந்தம் அடைவாய். இப்போது இந்த ஹைக்கூவைப் படியுங்கள்.

'பயணிகள் கரையேறிவிட்டனர்
படகோட்டி ஓய்வெடுக்கிறான்
படித்துறையில் தத்தளிக்கிறது படகு'.

இந்த ஹைக்கூ, பல்வேறு கருத்துகளைத் தன்னுள் வைத்துள்ளது. படிப்பவரின் பார்வைக்கேற்ப காட்சியின்வழியே பொருள் தருவதுதான் ஹைக்கூவின் சிறப்பு. ஹைக்கூ, காட்சியை கண்முன் விரியவிட, அந்தக் காட்சியிலேயே வெகுநேரம் மனம் லயித்துக்கிடக்க... பயணிகள் யார்? படகோட்டி யார்? படகு யார்/ என்ன? என்ற கேள்விகள் எழுகின்றன.

ஞானப்பார்வை

'பயணிகள்' என்பது, எப்போதும் 'தான்' எனும் அகத்திற்கு தீனி போடும், நம்மை ஆட்சி செய்யும் பல்வேறு எண்ணங்களும், நினைவுகளும். அத்தகைய எண்ணங்கள் வெளியேறிவிட...

'படகோட்டி' இந்த எண்ணங்களைக் கொண்டு ஆட்டிவைத்த 'அகம்' (ego) ஆகும். எண்ணங்கள் வெளியேறியபின் அகத்திற்கு என்ன வேலை? ஓய்வெடுக்கப் போய்விடுகிறது பயணிகளற்ற படகின் படகோட்டி என. எண்ணங்களிலிருந்தும், அகத்திலிருந்தும் விடுபட்ட படகு, ஞானத்தின் நிறைவில் தத்தளிக்கிறது ஓர் ஆனந்த நடனமாய். நடமிடும் படகின் ஆன்ம ராகமென என்னுள் எழுகிறது ஒரு பாடல்.

ஏதுமற்ற சுதந்திரம்,
சுரத்தும் எதிர்ப்புமின்றி
காற்றின் வழிப்பயணம்.
பகலெனும் பொழுதில்
நிரம்பித் ததும்புகிறேன்
காற்றால் கதிரவன் ஒளியால்.
இரவெனும் பொழுதில்
நிலவின் ஒளியால்
மலர்களின் நறுமணத்தால்.
பொழுதென்று ஏதுமற்று
தானாய் நிரம்பி தானாய் வழிந்து...
ஏதுமற்றதில் பூரணமாய் இருக்கிறேன்.

ஏதுமற்றதை உணரமுடிந்தவர், அதன் நறுமணத்தை நுகரமுடிந்தவர் ஞானமடைந்தவர் அல்லவா! இந்த ஹைக்கூ, ஞானச்சாறு என்று சொன்னதை மீண்டும் இப்போது உணர்வீர்கள். மீண்டும் ஹைக்கூவைப் படியுங்கள்.

'பயணிகள் கரையேறிவிட்டனர்
படகோட்டி ஓய்வெடுக்கிறான்
படித்துறையில் தத்தளிக்கிறது படகு'.

வாழ்வியல் பார்வை

சராசரி மனிதனாக, வாழ்வியல் மற்றும் அதன்சார்பாக விளைகின்ற துன்பங்கள், இழப்பு, தனிமை எனப் பொருள் கூறுகிறது, ஹைக்கூ. வாழ்வின் கடமைகளை முடித்த ஒரு மனிதரின் பார்வையில் 'பயணிகள் கரையேறிவிட்டனர்' என்ற வரி, வாழ்நாள் முழுதும் உடன் பயணித்தோர், யார்யாரெல்லாம் பயணித்தனர்? பெற்ற பிள்ளைகள், உற்றார் உறவினர்கள், நண்பர்கள் என எத்தனை பயணிகள் இந்தப் படகில்? குறிப்பிட்ட காலம் வந்தவுடன், அவரவர் பணி, குடும்பம் எனக் குழந்தைகளும், மற்றவர்களும் படகை விட்டுக் கரையேறி விடுகின்றனர்.

'படகோட்டி ஓய்வெடுக்கிறான்'. வாழ்க்கை எனும் படகை ஓட்டிய தலைவனோ/தலைவியோ... பயணிகளற்ற படகை எங்கே செலுத்துவது, எதற்காகச் செலுத்துவதென ஓய்வெடுக்க, 'படித்துறையில் தத்தளிக்கிறது படகு'. வாழ்ந்தவரும், வாழ்க்கையைத் தேடும் பயணிகளும்தான் சென்றுவிட்டனர். ஆனால் வாழ்க்கை இருக்கிறது, அந்த வாழ்க்கை எனும் படகு படித்துறையில் தத்தளிக்கிறது அல்லது வாழ்க்கையை ஓட்டிய தலைவனோ/தலைவியோ ஓய்வெடுக்க, மற்றொருவர் படகெனத் தத்தளிப்பதாகவும் பொருள்கொள்ளலாம். இந்தப் பொருள் விரிய இன்னும் சில சிந்தனைகள், அதில் ஒரு ஆணின் இறுதிக்கால வாழ்வு எப்படி இருக்கும் போன்ற யோசனையையும் என்னுள் விதைக்கிறது இந்த ஹைக்கூ.

குழந்தைகளும், மற்றவர்களும் கரையேறிவிட, குழந்தைகளின் குழந்தைகளைப் பராமரிக்கவோ அல்லது வேறு ஏதோ காரணத்திற்காக குடும்பத் தலைவனை தவிக்கவிட்டு தலைவி செல்லும் சில காட்சிகளும்... அதற்குக் காரணமான சில பெண்களின் மனநிலைகளும்கூட மனதில் நிழலாடுகின்றன. கரையில் தத்தளிக்கிறது என்று சொல்லாமல், படித்துறையில் எனக் குறிப்பிட்டுச் சொல்வதன்மூலம் அந்த நீர்நிலை, கடல் இல்லை என்பது உறுதி செய்யப்படுகிறது.

பயணிகளும் படியேறி, படகின் நிலைக்கு மேலான ஒரு நிலையடைந்துவிடுவதாகத் தோன்றுகிறது. ஒரு மூன்று வரி ஹைக்கூவில் இத்தனை வாழ்வியல் சாரங்களை தந்திருப்பது கவிஞரின் ஆழ் சிந்தனைக்கும், காட்சிகளை அவதானிக்கும் தன்மைக்கும்...அந்தக் காட்சியின் வழியே நுட்பமான வாழ்வியலைத்

தந்துவிடும் கலை கைவரப் பெற்றிருப்பதும் தெளிவாகிறது. இப்போது மீண்டும் ஹைக்கூவைப் படியுங்கள்.

'பயணிகள் கரையேறிவிட்டனர்
படகோட்டி ஓய்வெடுக்கிறான்
படித்துறையில் தத்தளிக்கிறது படகு'.

தேடல் பார்வை

எதையும் எதிர்பாராது கடமையைச் செய்து, அடுத்தவர் பலனடைய, இயற்கையைப் போல படகு செயல்படுகிறது. ஒரு ஞானியைப் போல் முன்பு இருந்த அதே, ஏதுமற்ற நிலையிலேயே இருக்கிறது. பயணிகளோ, படகோட்டியோ யார்மீதும் பற்றில்லை, யார்மீதும் வெறுப்பும் இல்லை. எதையும் பெறவில்லை, எதையும் இழக்கவில்லை. அதுவே நிலையானது, அதுவே பேரானந்தம் தருவது... ஞானியர் தேடி அலைவது. இப்போது மீண்டும் இந்த ஹைக்கூவைப் படியுங்கள்.

'பயணிகள் கரையேறிவிட்டனர்
படகோட்டி ஓய்வெடுக்கிறான்
படித்துறையில் தத்தளிக்கிறது படகு'.

பயணிகள் என்பதை, ஐம்புலனுடன் கூடிய உயிரெனக் கொள்ளலாம், 'படகோட்டி' உயிரைத் தாங்கி நடத்திய உடல் எனக் கொண்டால், உயிர் நீங்கியபின் உடல் ஓய்வெடுக்கிறது அல்லது சமாதி நிலையடைகிறது. ஆன்மா சுமைகளற்று ஏகாந்தப் பெருவெளியின் பேரானந்தத்தில் திளைத்திருக்கிறது. ஓஷோ சொல்வதுபோல், ஒரு நிலையிலிருந்து அடுத்த நிலைக்கு இயல்பில் நழுவிச் சென்று ஏதுமற்றதாகி பூரணம் பெறுகிறது.

இன்னும் இன்னும்கூட விரிந்துகொண்டேபோகிறது, இந்த ஹைக்கூவினுள் பொதிந்து கிடக்கும் பேரற்புத ஞானவொளி.

ஓஷோ கதை

ஒரு ராஜாவிற்கு, ஒரே நேரத்தில் மூன்று ஆண் குழந்தைகள் பிறக்கின்றனர். (triplet). யார் பெரியவர், இளையவர் என்ற பேதமில்லை. ஒரே வயதினர். மூவருமே குதிரையேற்றம்,

வாள்போர், கல்வி, கேள்வியென அனைத்திலும் வேறுபாடின்றி சிறந்து விளங்கினர். மூன்று இளவரசர்களும் தனித்தனி அரண்மனையில் வசித்து வந்தனர். இந்நிலையில் ராஜா, தனக்கு வயதாகிவிட்டதால் மூன்று மகன்களில் யாரிடம் அரசாட்சிப் பொறுப்பை ஒப்படைப்பது என ஞானி ஒருவரிடம் ஆலோசனை செய்கிறார். ஞானியும் யோசனை ஒன்றைச் சொல்கிறார். அதன்படியே ராஜாவும் செயல்படுகிறார்.

மூன்று மகன்களையும் அழைத்து, ஆளுக்குக் கொஞ்சம் பணம் கொடுத்து, இந்தப் பணத்தை வைத்து அவரவர் அரண்மனையை ஏதாவது ஒன்றைக் கொண்டு நிரப்ப வேண்டும் என்றார். ஒரு வாரம் கழித்து, ராஜாவும், ஞானியும் பார்வையிடச் சென்றனர்.

முதல் அரண்மனைக்குப் போகும் வழியில் ஒரே நாற்றம். என்ன இப்படி நாறுகிறது என்று ராஜா கேட்டுக்கொண்டே. அரண்மனைக்குச் செல்ல... உள்ளே செல்லமுடியாதபடி ஊரில் உள்ள குப்பைகள் எல்லாம் அரண்மனைக்குள் நுர்நாற்றத்துடன் நிரம்பி வழிந்தது. முதல் இளவரசனைக் கேட்டதற்கு, 'கொடுத்த பணத்திற்கு குப்பையால்தான் நிரப்பமுடியும்' எனப் பதில் சொன்னான், இளவரசன்.

ராஜா கோபமுடன், ''ஒரு முட்டாளைப் பெற்றிருக்கிறேனே...'' என்று புலம்ப, ''அமைதியாக இரு. அடுத்த இருவரையும் பார்ப்போம், வா'' என அழைத்துச் சென்றார், ஞானி.

இரண்டாவது அரண்மனைக்குச் சென்றனர். அந்த இளவரசனோ, மட்டமான புல்லை வாங்கி பாதி அரண்மனையை நிரப்பிவைத்திருந்தான். ''கொடுத்த பணத்திற்கு இவ்வளவுதான் முடியும்...'' என்றான்.

ராஜாவுக்கு ஏமாற்றமாகிவிட்டது. முதல் அரண்மனை அளவு மோசமில்லை என மனதைத் தேற்றிக்கொண்டாலும், ''இதற்குமேல் எதையும் பார்க்க விரும்பவில்லை''யென சலிப்புடன் கூறினான். ஞானியோ, ''நாட்டுக்கு ஒரு ராஜாவை தேர்ந்தெடுக்க வேண்டும். மேலும் முழுவதையும் பார்க்காமல் ஒரு முடிவுக்கு வரக்கூடாது'' என்று சொன்னார்.

சரியென்று, மூன்றாவது அரண்மனைக்குச் சென்றனர். அங்கு அரண்மனை காலியாக இருந்தது. பொருட்கள் அனைத்தையும்

புகைப்படங்கள் உட்பட அனைத்தையும் வெளியேற்றி இருந்தான், அந்த இளவரசன். ராஜா, ''இது என்ன... ஒன்றுமே இல்லை?'' என்றார். இளவரசன் ''நிறைந்திருக்கிறது'' என்றான்.

ராஜாவிற்கு கோபம் வந்துவிட்டது. ''என்னை என்ன முட்டாள் என நினைத்தாயா?'' எனச் சத்தமிட்டார். ஞானி! ராஜாவைப் பார்த்து, ''அமைதியாகக் கேள்! இளவரசர் சொல்வதைக் கவனி'' என்றார்.

இளவரசன் சொன்னான்: ''மெழுகுவர்த்திகள் கொஞ்சம் வாங்கினேன். இதோ ஏற்றுகிறேன், அரண்மனை ஒளியால் நிரம்பும் என்று, இன்னும் வாசனையால்கூட நிரப்பலாம். போதும் என்று விட்டுவிட்டேன். நீங்கள் கொடுத்த பணத்தில் கொஞ்சம் மட்டும் செலவு செய்தேன். மீதியை வைத்துக் கொள்ளுங்கள்'' என திருப்பிக் கொடுத்தான்.

பொருட்களால் நிறைவது மட்டுமே நிறைவல்ல, ஏதுமற்ற ஒன்றால் நிறைய வேண்டும். ஏதுமில்லையென்பது நிறைவானது. ஏதுமற்ற நிலையின் நறுமணத்தை நுகரும்போதுதான் மனிதன் முழுமையை எட்டமுடியும். இதைத்தான் இன்றைய ஹைக்கூ பாடியிருக்கிறது. ஏதுமற்றதால் நிரம்பியிருங்கள் என்பதுதான் இன்றைய ஹைக்கூவின் சாரம்.

9

உறங்குகிறான் வண்டியோட்டி விழித்திருந்து வழிநடத்துகிறது லாந்தர் விளக்கு

ஹைக்கூ என்பது, இயற்கைக்கும் மனிதனுக்கும் இடையேயுள்ள புரிந்துணரமுடியாத எல்லையைக் கடந்து இயற்கையை தன்னுள்ளும், இயற்கைக்குள் தானும் நுழைந்து இரண்டும் ஒன்றே என்றநிலையில், சொற்ப சொற்களின்மூலம் விவரிக்கமுடியாத அடர்வான உணர்வுகளைக் கடத்துவதாகும். இயற்கையில் ஒரு படைப்பு சக்தி உள்ளது, அது திறமையான கலைத்திறனுடன் அழகை உருவாக்குகிறது. அத்தகைய அழகிய காட்சியும், வாழ்வியல் சாரமும், ஸென்தன்மையும் நிறைந்த கவிநயம்தான் ஹைக்கூ.

எந்த முன்னறிவிப்புமின்றி, எதிர்பார்ப்புமின்றி, மேல்பூச்சு ஏதுமின்றி, தன்னிச்சையாக நிகழும்போதுதான் ஒரு படைப்பு, தன் முழுத்தன்மையுடன் பரிமளிக்கும். இயற்கையின் நிகழ்வுக்கும், கவிஞனுக்கும் ஒரு மயிரிழை இடைவெளிகூட இல்லாது, ஒரு திடீர்த்தன்மையுடன் (Suddenness) தன்னிச்சையாக (spontaneously) நிகழும் கவித்தன்மைதான் ஹைக்கூ.

நிலவைப் பற்றி எழுதுவதை விடுத்து நிலவாக மாறி எழுதவேண்டும். மூங்கிலை மூங்கிலிடமும், மருதை மருதிடமும்தான் புரிந்துகொள்ள முடியும். ஹைக்கூவும் அப்படிதான். அறையில் அமர்ந்து எழுதுவது ஹைக்கூ அல்ல. ஏனெனில், காணும் காட்சியை சுடச்சுட சொற்களில் இறக்கிவைக்கும் ஆற்றல் பெரிது. அந்த ஆற்றல், பூமிதொடாத மழலையின் புனிதத்தை ஒத்திருக்கும் பேரழகு.

ஆண்டாளின் திருப்பாவை, முழுச் சரணாகதியில் எழுதப்பட்டது. அதனால்தான் திருப்பாவை தனியழகுடன் மிளிர்கிறது. காணும் காட்சியின் பேரழகை ஒரு சொட்டும் குறையாது, வாழ்வியல் சாரத்துடன் வாசகர்களுக்குக் கையளித்துவிடும் பேராற்றல் கவிஞர் பிருந்தா சாரதி அவர்களுக்கு வசப்பட்டு இருக்கிறது.

இன்னாரைதோ (In'nāraito) - உள்ளொளி

இன்றைய ஹைக்கூ, இன்னாரைதோ எனும் தன்மையுடைய ஹைக்கூ. இன்னாரைதோ என்றால் உள்ளொளி. ஜப்பானிய ஹைக்கூவும், இந்தியப் பராம்பரியமும், ஸென்னும், ஓஷோவும் இன்னும் பல ஞானிகளும் சொல்வதுதான் உள்ளொளிப் பெருக்கல்.

பன்னிரு திருமுறைபா பாடலில்,

ஊனினை உருக்கி உள்ளொளி பெருக்கி
உலப்பிலா ஆனந்த மாய
தேனினைச் சொரிந்து புறம்புறந் திரிந்த...
- திருவாசகம்.

சொல்வதும் உள்ளொளியைப் பெருக்கு என்பதுதான். எதற்காக உள்ளொளியைப் பெருக்க வேண்டும்? பேரானந்த நிலையை அடைய... ஒவ்வொருவருக்கும் ஒன்று என்றாலும். யாவருக்கும் பொதுவான இயற்கையை, நிகழ்வில் வாழும்தன்மையை ருசிக்கும்போது உள்ளொளி பெருகும் என்பதைத்தான் ஹைக்கூ சொல்கிறது. உள்ளொளி பெருக உருளும் ஓர் விண்மீன் உள்ளே... மெல்ல விரியும் மலரும் முகிலிடை நிலவும் வணங்கி மகிழும்... ஆயிரமாயிரம் இதழ் விரிக்கும் குமுதம் மௌனமாய் உன்னுள்ளே மலரும்...

பறவைகள் உன் தோள் தேடும்
கானுயிர் உன் பாதம் தேடும்
பரபரப்படங்கி பேரமைதி சுடரும்
பெருவெளியெங்கும் ஒளியூட்டி
ஞானத்திருவென மிளிரும்
ஒளியின் நறுமணமெங்கும் பரவ
வெற்றிடத்திலும் அன்பே ஆட்சி செய்யும்
விண்ணும் மண்ணும் காற்றும் நீரும் நெருப்பும் உனையே வணங்கும்

உள்ளொளி பெருக இயற்கையின் பெருவெளியில் கரைவாய் யாவும் சமமென உணர ஆதியும், அந்தமும் ஏதுமில்லை என்றுணர அகமழிய பேரானந்தக் கதவுகள் திறக்கும்

அகமும் புறமும் ஒன்றே ஆகி ஒன்றுமில்லாத ஏகாந்தம் சுவைப்பாய்... என, உள்ளொளி என்றவுடன், பல்வேறு சிந்தனைகள் விரிகிறது. உள்ளொளி சுடர்ந்தெரியச் செல்லும் வழி தெளிவாகும். வெற்றிடத்தை நிரப்புவது எளிது. ஆனால் என்றென்றுக்குமான பரிசுத்தமான ஒளியால் நிரப்புவது என்பது, அன்பினால் மட்டுமே முடியும். இதயம் பேரன்பினால் நிரம்பி வழிய, அசையும் ஒவ்வொரு அசைவும் அன்பிற்கானதாக மாற உள்ளொளி வழிநடத்தும். ஊனுறங்க உள்ளொளி வழிநடத்தும் காட்சியின் விரிவுதான் இன்றைய ஹைக்கூ.

மாஸ்டர்களின் ஹைக்கூவை பார்ப்போம்.

'மறைக்கப்பட்ட அறியப்படாத அமாவாசைபோல
நான் என் வாழ்க்கையை
வாழ்வேன்'.
- பாஷோ

'இந்தச் சாலையில்
வேறுயாரும் பயணம் செய்யாத இடத்தில்
இலையுதிர் இரவு'.
- பாஷோ

'என் வாழ்க்கை
அதில் இன்னும் எவ்வளவு இருக்கிறது?
இரவு சுருக்கமானது'.
- ஷிக்கி

பிருந்தா சாரதியின் தரிசனம்

'உறங்குகிறான் வண்டியோட்டி
விழித்திருந்து வழிநடத்துகிறது
லாந்தர் விளக்கு'.

கிகோ - KIGO

இலையுதிர் காலம்: ஆகஸ்ட், செப்டம்பர், அக்டோபர்.

விளக்கு மற்றும் உறங்குகிறான் என்ற சொல்தான், இந்த ஹைக்கூவிற்கான கிகோ. உறங்குகிறான், கூடவே லாந்தர் விளக்கு என்பதன்மூலம் இரவு, மிதமான குளிரினால் ஏற்பட்ட உறக்கம் என்பதும் புலானகிறது. தஞ்சைப் பகுதியைச் சேர்ந்தவள் என்பதால், நெல்வண்டி பின்னிரவில் செல்லும் காட்சியாக விரிகிறது காட்சி.

தட்பவெப்ப சூழல்: நீண்ட இரவுகள், இரவுக் குளிர்.
வானியல் கூறுகள்: மூடுபனி, வெள்ளைப் பனித்துளி, நட்சத்திர இரவு.
புவியியல் நிலை: நெல், சதுப்பு நிலம், எங்கிருந்தோ வரும் ஒளி.
அவதானிப்புகள்: தெருவிளக்கு.
வாழ்வியல் குறிப்புகள்: குறட்டை ஒலி, நெல் அறுவடை.
உயிரின விவரணைகள்: பசுவின் கொட்டகையில் கொசுக்கள்.

கிகோவின்மூலம், இந்த ஹைக்கூவிற்கான காலம் இலையுதிர் காலம் என்பது உறுதியாகிறது. குறட்டை ஒலி என்பதை, உறங்குகிறான் என்ற சொல்மூலம் விளக்குகிறது ஹைக்கூ. எங்கிருந்தோ வரும் ஒளி மற்றும் தெருவிளக்கு என்பதை, லாந்தர் விளக்கு என்ற சொல்மூலம் உறுதி செய்துகொள்ளலாம்.

இன்றைய ஹைக்கூ தனித்துவமான ஹைக்கூ. பதஞ்சலி மற்றும் ஸாஸென் *(Zazen)* தன்மையை கொண்ட ஹைக்கூ. அரிய வாழ்வியல் சாரங்களை எளிய சொற்களில் சுவைத்து உணரும்போது வரும் பேரானந்தம் எல்லையற்றது.

Patanjali says:
Also, meditate on knowledge that comes during sleep.
-Osho, [Yoga: The Alpha and the Omega Vol. 3, Ch 1 (excerpt)]

பதஞ்சலிப் பார்வை

மிக எளியகாட்சி, கண்முன் சட்டென்று விரிகின்ற, மனதிற்கு நெருக்கமான காட்சி. ஹைக்கூ வாசிக்கும்முறையில் முதல் இரண்டு வரிகளைப் படித்து நிறுத்த... விழித்திருந்து வழிநடத்துவது மாடா? என்று தோன்றுகிறது. இது, வெகுஇயல்பான சிந்தனை. ஏனெனில்,

வண்டியோட்டி தூங்குவார். மாடு வண்டியை இழுத்துக்கொண்டு போகும். இதுதான், நாம் யாவரும் கண்ட காட்சி. ஹைக்கூக்கு உரிய சிறப்புத்தன்மையுடன் சட்டென்று வேறு ஒரு கோணத்தில் 'லாந்தர் விளக்கு' என்று, சிந்தனையை விரியவைக்கிறது ஹைக்கூ.

Even while you are falling asleep
the awareness becomes a watcher.
- osho.

'உறங்குகிறான் வண்டியோட்டி' முதல் வரியிலேயே பதஞ்சலி வந்தமர்ந்து கொள்கிறது. உறக்கத்தில் இருக்கிறது ஓர் இருப்பு. மெல்ல விழியுருள, உள்ளுலகில் நழுவும் ஆனந்தக் கணம். இருளுமில்லை, ஒளியுமில்லை, பரிசுத்த சுவாலையாய் சுடரும் நேர்மறை. தியானத்தின் ஆயிரமாயிரம் இதழாய் விரியும் உறக்கத்தின் மர்மங்கள். நித்ராதேவியின் விரல் பிடித்துக் கிடக்கும்பொழுது வரை கிடைக்கும் நேர்மறை வரம். சிந்தனை துறந்து, அறிவெனும் துயர் அகற்றி, உறக்கத்தின் மடியில் அடைக்கலமாக. விழிக்கும் வரையிலான ஓய்வல்ல... உறக்கமென்பது ஆன்மாவின் தேடல்.

தேடலில் கனவு, தேவதைகளின் கரம்பிடிக்க வாய்த்தவர் எல்லைகளற்ற ஆழ்நிலையின் பெருவெளியில் உலவ, உள்ளொளி பெருகி தன்னிருப்பின் மர்மங்கள் அவிழ, ஆனந்தக் கூத்திட்டு முகையவிழும் ஞான மலரொன்று. இதைதான் பதஞ்சலி என்கிறார்கள். மேலே நாம் சொற்களில் பார்த்தோம். இப்போது அவர்களின் சொற்களின்வழியே பதஞ்சலியைத் தரிசிப்போம்.

Patanjali says, "Meditate on it and many things will be uncovered within your being."

நான் தினம் தூங்குகிறேன், கனவு காண்கிறேன். அது, பதஞ்சலியா என்றொரு கேள்வி எழும்.

விழிப்புணர்வுடன் உறங்கும்போதே பதஞ்சலிகூறும் நிலையை அடையமுடியும். விழித்திருக்கும்போதே விழிப்புணர்வில் இருக்கிறோமா என்பது கேள்விக்குறியாக இருக்க உறக்கத்தில் விழிப்புணர்வா? என்ற கேள்வி எழும். உண்ணுதல், உறங்குதல் என ஒவ்வொரு செயலிலும் விழிப்புணர்வுடன் இருந்தோம் என்றால், உறக்கத்தில் விழிப்புணர்வு நிலை கைகூடும்.

இப்போது மீண்டும் ஹைக்கூவின் முதல் வரியைப் படியுங்கள்.

'உறங்குகிறான் வண்டியோட்டி'.

இந்த உறக்கம், விழிப்புணர்வுடன் கூடிய உறக்கம் என்பதை உறுதி செய்கிறது. இரண்டாவது வரியில் உள்ள 'விழித்திருந்து' என்கிற சொல். விழிப்புணர்வுடன் இருக்கும்போது உள்ளே ஒரு ஒளி பிரகாசிக்கும். அந்த ஒளியே சரியாக வழிநடத்தும். அந்த ஒளி என்பதன் பதமாக 'லாந்தர் விளக்கு' என்ற மூன்றாவது வரி வருகிறது. இந்த ஹைக்கூவில் கவனிக்கவேண்டிய வரிசைக் கிரமம், 'உறங்கு', 'விழிப்புணர்வு'. 'லாந்தர்' மிக அற்புதமாக பதஞ்சலித்தன்மை அமர்ந்திருக்கிறது, இந்த ஹைக்கூவில்.

மீண்டுமொரு முறை படியுங்கள்.

'உறங்குகிறான் வண்டியோட்டி
விழித்திருந்து வழிநடத்துகிறது
லாந்தர் விளக்கு'.

உறக்கத்திலும், ஆழ்நிலை விழிப்புணர்வின் ஒளி கவனித்துக் கொண்டிருக்கும், வழிநடத்தும் என்பதுதான் ஹைக்கூவின் சாரம்.

ஸாஸென் பார்வை

Zazen (sitting zen) ஸென்தன்மையில் அமர்ந்த நிலையிலோ, நின்ற நிலையிலோ இறப்பது உயர்வாகக் கருதப்படுகிறது. அதற்குக் காரணம், கிழக்கில் குறிப்பாக இந்தியாவில் சொல்வதுபோலவே ஸென்னிலும் சொல்வது மனிதனின் புனிதத்தன்மை அடிவயிற்றின் அடிப்பாகத்தில் இருக்கிறது என்பதே.

அறிவியல்ரீதியாக அணுகினால் உட்கார்ந்த நிலையில், உடலின் முழுக்கனமும் அடிவயிற்றின் அடிப்பகுதியில் மய்யம் கொள்கிறது *(centroid).* வேறுசிந்தனைகளற்று சீராக மூச்சை உள்ளிழுத்து வெளியிட. உடலின் அனைத்து தசைகளும் இலகுத்தன்மைக்குச் செல்ல, வயிற்றின் உதர விதானம் *(diaphragm)* மட்டும் இலகுத்தன்மைக்குச் செல்லாமல் ஒரு இறுக்கத்தன்மையில் *(tension)* இருக்க, சமாதிநிலை கிடைக்கிறது, இந்நிலையில், ஆழ்நிலை விழிப்புணர்வுகொள்ள உள்ளொளி பெருகி, பரிசுத்தமான இருத்தலின் ரகசியம் அவிழ, புறஉலகிலும் பரிசுத்தமான இருப்பைப் புரிந்துகொள்ள முடியும் என்பதுதான் *Zazen.*

Source:
Daily Zen And The Ordinary Mind Written by Katsuki Sekida.

வண்டியோட்டி உட்கார்ந்தநிலையில்தான் உறங்குவார். ஏனெனில், வண்டியை ஓட்டிக் கொண்டிருக்கும்போதே உறக்கத்திற்குள் நழுவி விடுவார். அதுதான் இயல்பும். வண்டியோட்டி இப்போது ஸாஸென் நிலையில் இருப்பதாக உணரலாம். லாந்தர் விளக்கு உள்ளொளியாய் விழித்திருந்து அக மற்றும் புறஉலகிலும் பரிசுத்த இருப்பைக் காட்டி வழிநடத்துகிறது.

இப்போது மீண்டும் படியுங்கள்.

'உறங்குகிறான் வண்டியோட்டி
விழித்திருந்து வழிநடத்துகிறது
லாந்தர் விளக்கு'.

சூழலியல் பார்வை

ஹைக்கூவில் எந்த இடத்திலும், மாடு என்று சொல்லப்படவில்லை எனினும் 'லாந்தர்' என்ற ஒற்றைச்சொல், மாட்டு வண்டியைத்தான் நினைவூட்டுகிறது. லாந்தர் விளக்குகள், மின்சாரம் வந்தபிறகு பெரும் பயன்பாட்டில் இல்லையென்பதை அறிவியல் முன்னேற்றமாகக் கொண்டாலும், மாடுகள் இல்லையென்பதை அப்படி எடுத்துக்கொள்ள முடியாது. ஏனெனில் விவசாயத்திற்கு மிகப்பெரிய பின்புலமாக இருந்தவை மாடுகள். வைக்கோலை தீனியாகப் போட்டு, இதன் கழிவுகளை உரமாகப் பெற்றவர்கள், பயிர்செய்யும் காலம் இல்லாதபோது மாட்டுப் பாலின் மூலம் வருமானம் கண்டார்கள். இந்தியாவின் விவசாயத்தை அழித்துவிட வந்த எதிர்நாட்டினர் பலமுறை தோற்றுப்போய் இறுதியாக, மாட்டை அழித்தால்போதும் என்று உணர்ந்து, வைக்கோல் இல்லாமல் செய்வதற்காக குட்டை ரகப் பயிர்களை உருவாக்கி, மாடுகள் அடிமாடு ஆக்கப்பட்டதும் நினைவில் விரிகிறது.

J.C.குமாரப்பா அவர்கள், 'ட்ராக்டர் சாணி போடாதே' என்றபோது சிரித்தவர்கள், நம் நாட்டின் உணவு உற்பத்தி Animal based economyஆக இருக்கவேண்டும் என்று சொன்னதையும் கேட்க மறுத்தார்கள். Machine based economy அறிமுகமாக, மாடுகளின் பயன்பாடு மிகவும் குறைந்துபோனது. உற்பத்தி அதிகமானாலும்

உரியவருக்குப் பலன் போய்ச் சேரவில்லை. மண் கெட்டது என அடுக்கடுக்காக பல்வேறு சிந்தனைகள் விரிகின்றன.

மசானபூ ஃபுகோகாவின், 'ஒற்றை வைக்கோல் புரட்சி' என்ற புத்தகத்தையும் விரல் பிடித்து அழைத்துவருகிறது இந்த ஹைக்கூ. இந்திய வேளாண்மை சரியில்லை என்று சொல்லி, அதை முறியடிக்க வந்த மசானபூ ஃபுகோகா, இந்திய வேளாண்மை முறையே சிறந்தது என்று வாழ்நாள் முழுதும் அதைப் பின்பற்றிய செய்தியைப் படிக்கும்போதெல்லாம் பெருமிதமாக உணர்ந்தது உண்டு.

மீண்டும் இன்றைய ஹைக்கூவை படியுங்கள்.

'உறங்குகிறான் வண்டியோட்டி
விழித்திருந்து வழிநடத்துகிறது
லாந்தர் விளக்கு'.

வண்டியோட்டிகள், மாடுகளை இழந்ததையே அறியாத உறக்கத்தில் இருப்பது மட்டுமல்ல; லாந்தர் விளக்குகளையும் இழந்துவிட்டார்கள், இன்று. நிகழ்காலத்தைத்தான் ஒரு ஹைக்கூ குறிப்பிட வேண்டும். நிகழ்காலத்தில் எழுதப்பட்டுள்ள ஒரு சிறந்த ஹைக்கூ ஒரு வாசகருக்குள், பல்வேறு சிந்தனைகளை பல்வேறு கோணத்தில் விரியவைப்பதுதான் ஒரு ஹைக்கூவின் வெற்றி.

தமிழ் இலக்கியம், ஜப்பானிய ஹைக்கூ, ஸென்தன்மை, பதஞ்சலி, ஸாஸென், சூழலியல் என எண்ணற்ற திசைகளில் பயணிக்கவைக்கிறது. கூடவே, 'லாந்தர்' என்ற ஒரு சொல்லை, அடுத்த தலைமுறைக்குக் கடத்திவிடும் அரிய தமிழ்த்தொண்டும் ஆற்றுகிறது. ஏதாவது ஒரு சுவையை மட்டும் தராமல், வாசகரின் பரந்துபட்ட தேடலுக்கான அறு சுவையோடு ஏழாம் அறிவாய் ஞானவொளியையும் இன்றைய வாழ்விற்குத் தேவையான சூழலியல் பார்வையையும்கொண்ட இந்த ஹைக்கூ, காலங்கடந்தும் நிற்கும் என்பதில் ஐயமில்லை. உள்ளுணர்வை உறங்கவிடாது விழிப்புணர்வுடன் வைத்துக்கொள். அது, உன்னை வழிநடத்தும். மீண்டும் ஒருமுறை ஞானவொளியில் நனைவோம்.

'உறங்குகிறான் வண்டியோட்டி
விழித்திருந்து வழிநடத்துகிறது
லாந்தர் விளக்கு'.

10

என்ன பசியோ வாயசைத்துக்கொண்டே இருக்கிறது அருங்காட்சியக எலும்புக்கூடு

வாழ்வியல், ஞானம், காட்சிப்படுத்துதல், பருவநிலையைச் சொல்லுதல் என்பதோடு, ஒரு மெல்லிய நகைச்சுவையை இழையோட வைப்பதும் ஹைக்கூவின் தன்மை. நகைச்சுவை உணர்வும், காதல்தன்மையும் கொண்டவர்களுக்கே மிக நேர்த்தியான, அருமையான ஹைக்கூ கிடைக்கிறது என்பது என் அவதானிப்பு. நகைச்சுவை உணர்வைப் பதிவு செய்வதோடு அதன்வழியே வாழ்வியல் கருத்துகளை, ஞானச்செறிவுகளை, வாழ்வைப் பற்றிய ஆழமான புரிதலை சுருக்கமாகச் சொல்லிவிடுவதும் ஹைக்கூவின் சிறப்பு.

ஹைக்கூ எழுதுவோரின் ஞானம், எதையும் பாடுபொருளாக்கிவிடும் யுக்தியில்தான் மிளிர்கிறது. இருண்மையான ஒன்றின்மீது கூட ஒளிபாய்ச்சி படைப்பாக்கிவிடும் கலையது.

மனிதரோடும், மலரோடும்,
மலையோடும், மழையோடும்,
தளிரோடும், இலையோடும்,
முகையோடும், முகிலோடும்,
குயிலோடும், விண்ணோடும்,
மண்ணோடும், மரத்தோடும்,
தும்பியோடும், மீனோடும், மானோடும்,
கடலின் அலையோடும், ஆழத்தோடும்,

காற்றோடும், தசையோடும், எலும்போடும்,
இன்னும் யாவற்றுடனும் ரசித்து ரசித்து வாழ்ந்து, அதன் சாறை இறக்கிவைப்பதுதான் ஹைக்கூ.

ஒரு குறிப்பிட்ட நூற்றாண்டுக்கு மட்டுமின்றி, காலகாலத்திற்கும் ஆனதுதான் ஹைக்கூ. அதற்கு ஒரு சிற்பியின் நேர்த்தியுடன், வேண்டிய சொற்களை மட்டும் தேர்ந்தெடுத்து வடித்துவிடும் ஆற்றல் கைவரப்பெற வேண்டும். ஆழ்ந்த அவதானிப்பும், மூன்றாம் அடியில் ஒரு மின்வெட்டுப் போல ஒரு திருப்பத்தைக் கொடுத்துவிடும் திறனும் அவசியம். ஒரு சிற்பியைப் போல் ஹைக்கூ சிற்பத்தை வார்த்தெடுக்கும் திறன் வாய்ந்தவர்தான் கவிஞர் பிருந்தா சாரதி அவர்கள்.

ஷிகோ தன்மை (Shigo)

ஷிகோ தன்மை என்பது, 'இறப்பிற்குப் பின்' என்ற பொருள் தரும் சொல்.

இறப்பிற்குப் பின், இறந்தவரின் உடலுக்கு என்ன அனுபவங்கள் ஏற்படும் என்பதை வைத்துக்கொண்டு, ஒரு வாழ்வியலைச் சொல்லிவிடும்தன்மைதான் இன்று நாம் பார்க்கப்போகும் ஹைக்கூவின் தனித்தன்மை.

இலக்கியத்தின் வெளிச்சம் அதிகம் பாய்ந்திராத ஒரு பகுதிக்குள் நுழைந்து, அதன்மூலம் மிக அற்புதமான வாழ்வியலை அதன் முழுத்தன்மையோடு சொல்லியிருப்பதுதான் இன்றைய ஹைக்கூவின் சிறப்புத்தன்மை. 'செத்தும் சிரிப்பு போகல' என்றொரு பேச்சு வழக்கு எங்கள் ஊர் பக்கத்தில் உண்டு. இன்றைய ஹைக்கூவைப் படித்தவுடன் அந்த வழக்குதான் நினைவிற்கு வந்தது. சற்று நிலை தாழ்ந்தபின்னும் சேட்டை குறையாமல் இருப்பவரைப் பார்த்துச் சொல்லும் ஊர்வழக்கு இது. இதற்கும் இன்றைய ஹைக்கூவிற்கும் என்ன தொடர்பு.

எலும்புக்கூட்டின்மூலம் ஒரு வாழ்வியல் தத்துவத்தை மிகுந்த நகைச்சுவை உணர்வோடு சொல்லும் ஹைக்கூ என்பதால்தான், 'செத்தும் சிரிப்பு போகல' என்ற, ஊர் வழக்கோடு இணைத்துப் பார்க்கத் தோன்றியது.

பட்டினத்தார் பாடல்

கவடும் பொய்யும் சுவடும் பெருஞ்சின
இகலும், கொலையும், இழிப்புறு புன்மையும்,
பகையும், அச்சமும், துணிவும், பனிப்பும்,
முக்குண மடமையும், ஐம்பொறி முயக்கமும்,
இடும்பையும் பிணியும் இடுக்கிய ஆக்கையை;
உயிர் எனுங் குருகுவிட்டு ஓடும் குரம்பையை
எலும்பொடு நரம்புகொண்டு இடையில் பிணித்துக்
கொழுந்தசை வேய்ந்தும் ஒழுக்கு விழுங் குடிலைச்
செழும்பெழு உதிரச் சிறுபுழுக் குரம்பையை,
மலவுடல் குடத்தைப் பலவுடல் புட்டிலைத்
தொலைவிலாச் சோற்றுத் துன்பக் குழியைக்
கொலை படைக் கலம்பல கிடைக்கும் கூட்டைச்
சலிப்புறு வினைப் பலசரக்குக் குப்பையைக்
கோள்சரக்கு ஒழுகும் பீற்றல் கோணியைக்
கோபத்தீ மூட்டுங் கொல்லன் துருத்தியை,
ஐம்புலப் பறவை அடையும்பஞ் சரத்தை...

-என்று, உடலைப் பற்றி பட்டினத்தார் பாடல் சொல்கிறது. ஏன், இந்த உடல்மீது இத்தனை சலிப்பு? புத்தர்கூட ஆசையை துறக்கச் சொல்கிறாரே!

இந்த உலகியல் வாழ்வில் எப்படி உடலை வெறுத்து, ஆசையைத் துறந்து வாழ்வது? அது சாத்தியமா? அப்படிச் சாத்தியமானால், பூமியில் மனிதர்களின் வாழ்வு என்னாகும்? மனிதர்களற்ற பூமியாகிவிடதா? இந்த உடல் என்பது வெறும் எலும்புக்கூடு, காற்றடைத்த பை, பட்டினத்தார் சொல்வதுபோல், ஐம்புலப் பறவை அடையும் பஞ்சாரம்.

ஆனால் அதில்தானே அத்தனையும் குடிகொண்டு ஆட்டுவிக்கிறது. ஆணவம், திமிர், கனவு, அதிகாரம், ஏற்றத்தாழ்வு இப்படி, ஐம்புலப் பறவையின் குஞ்சுகளாய் அலைக்கழிப்பவை எத்தனை எத்தனை? உலகியல் வாழ்வை அனுபவிக்காமல் இறந்தவரின் ஆன்மா அலையும் என்றெல்லாம் ஊரில் கதை சொல்கிறார்களே, அது உண்மையா? உண்மையா என்று தெரியவில்லை. ஆனால் முழுமையாக வாழ்ந்துவிடு என்பதுதான் அதன் பொருள். வாழ்தலில் என்ன முழுமையாக வாழ்தல்?

'ஈதல் இசைபட வாழ்தல்' தெரியும். முழுமையாக வாழ்தல் எனில், வேறு ஏதோ ஒன்று உள்ளது. பட்டினத்தார் சொல்வதையும்,

புத்தர் சொல்வதையும் கடந்த ஏதோ ஒன்று உள்ளது என்றே தோன்றுகிறது. எலும்புக்கூடு அதைச் சொல்லிவிடுமா? பார்ப்போம்.

மாஸ்டருடைய ஹைக்கூவின் ஒரு விலா எலும்பு கிட்டியது. அதிலிருந்து எத்தனை விரியுமோ? பார்ப்போம்.

'நினைவுகளின் கொந்தளிப்பு
கால அழிவின் எஞ்சிய எலும்புக்கூட்டில்
கத்தியால் குத்துவது போன்று'.
- பாஷோ

இலக்கியத்தின் வெளிச்சம் ஏனோ எலும்புக்கூட்டின்மீது அதிகமாகப் படவில்லை. பாஷோ காலத்தில், ஒரு எலும்புக்கூடு ஹைக்கூ இருந்திருக்கிறது. தமிழ் வாசகர்களுக்கு இவ்வகையான ஹைக்கூ இல்லையே என்ற குறை தோன்றாவண்ணம், கவிஞர் பிருந்தா சாரதி அவர்கள் நமக்கு ஒரு மிகச்சிறந்த எலும்புக்கூடு ஹைக்கூவைத் தந்திருக்கிறார்கள்.

நிலையிலா வாழ்வு
நிலைக்குமென்றே
நிலை தடுமாறி
உலவும் மனிதம்
ஏக்கத்திலும் தூக்கத்திலும்
நோயிலும் பாயிலும்
கரைந்தே மடியும்
உடலிது என்றறியாமல்
முத்தே முகிலே
துள்ளும் மீனே மானே
கண்ணே என்று பேசி
மாயும் மாய வாழ்விது.

தூய்மலரோ குமிழோ
காந்தளோ செவ்வாழையோ
தேக்கோ, சிலையோ, சின்ன யானை நடையோ...

என்றே, ஆணும் பெண்ணும் பிதற்றி பித்தங்கொள்ளும் உடலைத் துறத்தல் எளிதோ? துறந்தபின் வாழ்தல் இனிதோ? வாழ்தல் என்பதும் எதுவோ? ஏதேதோ எண்ணம் மேலிட, மெல்லத் தெளிகிறது புத்தி. வாழ்வின் முழுமையென்பது என்னவென்று பார்ப்போம், இன்றைய ஹைக்கூவின் மூலம்.

பிருந்தா சாரதியின் தரிசனம்

'என்ன பசியோ
வாயசைத்துக்கொண்டே இருக்கிறது
அருங்காட்சியக எலும்புக்கூடு**'.**

கிகோ - KIGO

இலையுதிர் காலம்: ஆகஸ்ட், செப்டம்பர், அக்டோபர்.
அவதானிப்புகள்: ஆன்மாக்கள் திருவிழா.
உயிரின்ங்கள்: இறந்த உறுப்பில் அமரும் காக்கை.

எலும்புக்கூடு எனும் சொல் மேற்கூறிய அனைத்திற்கும் பொருந்தும். எலும்புக்கூடு எனும் கிகோ, இலையுதிர் காலம் உறுதி செய்கிறது.

நினைவின் தாழ்வாரம்

முதலில், ஒரு சிரிப்பை பரிசளிக்கிறது இந்த ஹைக்கூ.

பள்ளியில் அறிவியல் கூடத்தில் எலும்புக்கூட்டைப் பார்த்து தொட்டுப் பார்க்க ஆசையும், பயமும் கலந்த உணர்வோடு நின்ற நாட்களும், வாய் திறந்திருந்த எலும்புக்கூட்டை 'சிரிக்கிறதோ' எனக் கேட்க, 'அது பெண்ணின் எலும்புக்கூடு, அதுதான் பேசிக்கொண்டே இருக்கிறது' என்று ஆசிரியர் சொன்னதைக் கேட்டு சிரித்த கணமும், சென்னை எக்மோர் அருங்காட்சியகத்தில் எலும்புக்கூடு பார்த்து வெகுநேரம் நின்றுகொண்டிருந்த நினைவுகளோடு ஏன், வாய் அப்படியிருக்கிறது என்ற அதே கேள்வி எழுந்துகொண்டே இருந்தது. அதற்கு வாழ்வியலை பதிலாய் சுமந்துகொண்டு எலும்புக்கூடு, ஹைக்கூ வடிவில் வந்து நிற்கிறது.

செத்தபின்னும் ஆசை அடங்காது, எதை அசைபோடுகிறது இந்த எலும்புக்கூடு என்ற யோசனை வரும்போதே, தசைகள் மூடிய உடலில்தான் அழகும், அழகின்மையும், நிறபேதமும், நீள மூக்கா, சப்பை மூக்கா, பெரிய கண்ணா? இல்லையா? என்பதெல்லாம். எலும்புக்கூடாக ஆகிவிட்டால் எல்லாம் ஒன்றுதானே. புத்தரின் எலும்புக்கூட்டிற்கும், நம் எலும்புக்கூட்டிற்கும் வேறுபாடு ஏதுமில்லை. இரண்டும் ஒன்றுதான். ஆனால் புத்தருக்கும் நமக்கும்தான் வேறுபாடு உள்ளது.

ஞானப்பார்வை

Regan- Mystry - Illusion என்ற, ஓஷோவின் உரையிலிருந்து...

ஒரு அழகிய பெண் சென்றால், மறந்துவிடாதே தோளால் மூடிய எலும்புக்கூடு அவளென்று என்பதை தொடர்ந்து புத்தர் சொல்கிறார். எலும்புக்கூடாக பார்க்கத் தொடங்கிவிட்டால், எலும்புக்கூடுகளால் சூழப்பட்ட ஒரு வாழ்வையல்லவா நாம் வாழ்வோம்.

ஐரோப்பாவில் ஒரு பெண், க்ரேன் இயக்குபவராக பணியாற்றினார். அதீத மின்சாரம் தாக்கியதில், அவரது விழிகள் எக்ஸ் ரே கண்ணுடன் மனிதர்களைப் பார்க்கும்விதமாக மாறிவிட்டது. அவரிடம், ஏதும் வித்தியாசம் தெரிகிறதா? என்று கேட்டபோது, அவர் சொன்ன பதில், *No one is beautiful; all are same and horrible* என்று. அப்படியென்றால், புத்தர் சொல்வது வாழ்வின் முழுத்தன்மையன்று என்கிறார், ஓஷோ. *Inconceivable – Zorba - Skeleton* என்ற ஓஷோவின் உரை, மிகத் தெளிவாக வாழ்வின் முழுத்தன்மையை விளக்குகிறது. சுருக்கமாகப் பார்ப்போம்.

புத்தர் வெறும் எலும்புக்கூடு. வாழ்வு என்பது காதல், சிரிப்பு, பேரானந்தம். ஆனால் புத்தர் அதை முற்றிலும் துறக்கச் சொல்லிவிட்டார். அதனால் அங்கு வாழ்வில்லை. ஸோர்பா எனும் கிரேக்க மனிதனுக்கோ, வாழ்வு என்பது ஆட்டம், பாட்டம், கொண்டாட்டம், காதல், உணவு, குடி என்பதே அவரின் வாழ்வு. ஆனால் புத்தரும், ஸோர்பாவும் வாழ்வின் முழுத்தன்மை இல்லை. ஆளுக்கொரு பகுதியைக் கொண்டாடியிருக்கின்றனர். ஆனால் வாழ்வு என்பது புத்தரும் ஸோர்பாவும் இணையும் புள்ளி. அப்படி புத்தரும் ஸோர்பாவும் இணைந்த ஒரு வாழ்வின் முழுத்தன்மையை சொல்லும் ஹைக்கூதான் இன்றைய ஹைக்கூ.

எலும்புக்கூடு என்பது புத்தரையும், ஆசை அடங்காது வாயசைப்பது ஸோர்பாவையும் (*Zorba the Greek*) குறிக்கிறது. இரண்டும் இணைந்த வாயசைக்கும் எலும்புகூடு, வாழ்வின் முழுத்தன்மை அல்லவா? இப்போது மீண்டும் படியுங்கள் இன்றைய ஹைக்கூவை.

'என்ன பசியோ
வாயசைத்துக்கொண்டே இருக்கிறது
அருங்காட்சியக எலும்புக்கூடு'.

ஒரு நகைச்சுவை இழையோடினாலும் ஏதுமற்றதும், எல்லாமுமானதும் இணைந்ததுதான் வாழ்வு எனும் பெரும் வாழ்வியலை அல்லவா சொல்கிறது. இதைத்தானே வள்ளுவரும்,

மழித்தலும் நீட்டலும் வேண்டா உலகம்
பழித்தது ஒழித்து விடின் –என்றார்.

உலகம் பழிக்காத செயல் அறனுடன் வாழ்ந்தால் மழித்துக்கொண்டு முனிவனாகவும் வேண்டாம்; நீட்டி வளர்த்துக்கொள்ளவும் வேண்டாம். இந்த ஹைக்கூ, பெரும் வியப்பைத் தருகிறது. புத்தனும், ஸோர்பாவும் முழுத்தன்மையாக இல்லாதபோது, நமக்குக் கிடைத்த பெரும் பொக்கிஷம். வாழ்வின் முழுத்தன்மையை அனுபவிக்கச் சொல்லும் இந்த ஹைக்கூ.

எதற்காக வாயசைக்கிறது? ஏதும் பேசுகிறதா? அசை போடுகிறதா? இன்னும் தீராத ஆசைகள் என்ன? காதலா, காமமா, அதிகாரமா, ஆணவமா, எது? இதுமட்டும்தான் வாழ்வா? ஏன், காதலை இதனுடன் இணைக்கவேண்டும்? காதல் இல்லையென்றால், உடல் அழிவதற்குமுன்பே வெறுங்கூடாகிவிடுமே.அதைத்தான் ஓஷோவும் சொல்கிறார். காதலி, சிரி, ரசி, பாடு, ஆடு. அதன்வழியே ஞானம் அடையலாம்.

வேரை மட்டும் கொண்டாடுவது பூவை இழப்பதற்குச் சமம் அல்லவா? பூவை மட்டும் கொண்டாடுவது முட்டாள்தனமில்லையா? வேரைப் பராமரித்தால்தானே வேர்வழி நீரும், உணவும் செல்லும், பூ மலர. வாழ்வின் வேர் என்பதைக் கொண்டாட்டமாகக் கொண்ட மேலைநாட்டினர், ஞான நறுமலரை தவறவிட்டு விடுகின்றனர். வேரையும், மலரையும் கொண்டாடும் ஹைக்கூ அல்லவா இன்றைய ஹைக்கூ.

ஒரு தொன்மையான கண்டத்தில்தான், காலம்கடந்து நிலைக்கும் எண்ணங்கள் ஆழ்மன நினைவுகளாகப் பொதிந்து கிடக்கும். ஆம், அத்தகைய தொன்மைகளை காலம், கவிஞருக்குள் ஒரு வரமென கடத்தியிருக்கிறது என்றே உணர்கிறேன்.

இப்போது மீண்டும் இன்றைய ஹைக்கூவை படியுங்கள்.

‘என்ன பசியோ
வாயசைத்துக்கொண்டே இருக்கிறது
அருங்காட்சியக எலும்புக்கூடு’.

முழுமையான ஸென்தன்மையுடன், ஒரு பெரும் செய்தியை இலகுவாக ஒரு காட்சியின்வழியே விரியவைப்பதோடு, வாசகரின் மனதிற்கு ஹைக்கூவின் அடர்வு உறுத்தாதவண்ணம் ஒரு நகைச்சுவையை இழையோடவிட்டிருப்பதும் ஹைக்கூவின் சிறப்பு. புத்தரையும், ஸோர்பாவையும் கைகோர்க்க வைத்து, வாழ்வின் முழுத்தன்மையை விளக்கத்தான் வாயசைத்துக் கொண்டிருக்கிறது, அருங்காட்சியக எலும்புக்கூடு. ஒரு அறிவியல் ஆய்வுக் கூடத்தை, அருங்காட்சியகத்தை, பட்டினத்தார் பாடலை, புத்தரை, ஸோர்பாவை, ஓஷோவை, ஸென்னை, வாழ்வின் முழுத்தன்மைபற்றிய புரிதலை வாசகருக்குள் சிறகடிக்கவைக்கும் சிறந்த ஹைக்கூ, இன்று நாம் பார்த்த கவிஞர் பிருந்தா சாரதி அவர்களின் ஹைக்கூ. அது, எண்ணற்ற, எல்லையற்ற ஞானங்களின்மீதான அடங்காப் பசியை விரித்துவைத்து வாசகரிடமும் அதைத் தூண்டிவிட்டு அசைபோட வைக்கிறது.

ஸென் கதை

இறந்த மனிதனின் பதில்

மமியா, பின்னாளில் மிகச்சிறந்த போதகராக விளங்கியவர். தனது ஆரம்பகாலத்தில் தனக்கு ஒரு வழிகாட்டியாக ஒரு குருவை நாடினார்.

குரு, மமியாவைப் பார்த்து, ஒரு கையின் ஓசையைக் குறித்து விளக்கச் சொல்கிறார்.

மமியா, கொஞ்ச நாட்கள் கழித்து ஒரு இசையை மீட்டிக் காட்டுகிறார். குரு மறுத்துவிட மீண்டும் ஒரு கை ஓசை என்பது, தண்ணீர் விழும் ஓசையென செய்துகாட்டுகிறார் மமியா. குரு சொல்கிறார்: நீ உணவுடன், செல்வத்துடன், பொருட்களுடன், சத்தத்துடன் மிகவும் பற்றுதலுடன் இருக்கிறாய். நீ பேசாமல் இறந்துவிடு, ஒரு கை ஓசையைப் புரிந்துகொள்வாய் என்கிறார்.

மமியா, கொஞ்ச நாட்கள் கழித்து குருவிடம் சென்று, தான் இறந்துவிட இருப்பதாகக் கூறி, நீட்டிப் படுத்துக்கொண்டு 'இறந்துவிட்டேன்' என்கிறார்.

குரு, 'நல்லது, நீ இறந்துவிட்டாய். அந்த ஒரு கை ஓசையைப் பற்றி சொல்' என்கிறார்.

உடனே, அதைப்பற்றி தான் ஏதும் கண்டறியவில்லை என்கிறார், மமியா.

குரு, 'இறந்தவன் பேசக்கூடாது, நீ வெளியேறு' என்கிறார்.

இப்படித்தான் முடிவுறாத தேடலும், வாழாத வாழ்வும் இறந்தபின்னும் பேசிக்கொண்டே இருக்கும். நம் ஹைக்கூவின் எலும்புக்கூடு வாயசைப்பதுபோல.

வாழ்வை முழுத்தன்மையுடன் வாழ்ந்து அதன்மூலம் ஞானத்தை அடைய வேண்டும். வாழ்வைத் துறந்து ஞானமடைவது எலும்புக்கூட்டிற்குச் சமம். ஞானத்தை விடுத்து வாழ்வை மட்டும் வாழ்வது, வேரை விடுத்து பூவைக் கொண்டாடும் முட்டாள்தனமாகும். மீண்டும் ஒருமுறை, புத்தரும் ஸோர்பாவும் சங்கமிக்கும் கவிஞர் பிருந்தா சாரதி அவர்களின் ஹைக்கூவை படிப்போம்.

'என்ன பசியோ
வாயசைத்துக்கொண்டே இருக்கிறது
அருங்காட்சியக எலும்புக்கூடு'.

11

எதிர்புற நாவல் மரத்திற்கு
பூங்கொத்தை நீட்டுகிறது
நெடுஞ்சாலைக் கொன்றை மரம்

ஹைக்கூ என்பது, ஒரு தவத்தின்வழி கிடைக்கும் ஞானம். தவம் செய்ய யாவருக்கும் வாய்ப்பும் அனுமதியும் உண்டு. புத்தனை மட்டுமே தழுவிக்கொண்ட ஞானமாய், பாஷோவை தழுவிக்கொண்டது ஹைக்கூ.

தவத்தை செய்யக்கூடாது, தவமாய் வாழ்ந்தால் மட்டுமே ஞானம் தழுவிக்கொள்ளும். அப்படித்தான் ஹைக்கூவும் முயன்று எழுதமுடியாத ஒன்று. ஸென்தன்மையுடனான வாழ்வியலும், எதையும் கூர்ந்து அவதானிக்கும் தன்மையும் ஒரு ஞானம். உள்ளமைதி நிலவ கைகூடும், பெரும் வரம். உள்ளமைதி நிலவ, கூடுதல் கவனம் வரும். சட்டென அவதானிக்கும் காட்சியுடன் வாழ்வியலை இணைத்துவிடும் கூர்மையான சிந்தனை வரும். அது ஒரு, ஞான மலராக மலர்ந்து வரமளிக்கும்.

ஸென்தன்மையுடன் வாழும் ஒருவர், நேசத்தினால் நிரம்பித் ததும்புகிறவராய் இருக்க, பிரபஞ்சமெங்கும் நேசத்தைப் பொழியும், பார்வையில் கனிவுகூடும். காணும் காட்சியெல்லாம் பிறரை வாழ்த்தும் காட்சியாகத் தோன்றும். மரத்தைப் பாடும் கவிதைகள்மீது அளவற்ற நேசம் கொண்டுவிடுகிறது மனம். பாடும் கவிஞர்களை இருகரம் கூப்பித் தொழுகிறது தினம். பலகாலமாய்,

நீட்டோலை வாசியா நின்றான் குறிப்பறிய
மாட்டாதவன் நன்மரம்

- மூதுரை.

'...மாண் பிழந்த நாயகர்தாம் என்னை முன்னே கூறியிழந்தாரா? தம்மையே முன்னமிழந்து முடித்தென்னைத் தோற்றாரோ?' என்னும் கேள்வியை பாஞ்சாலி கேட்க, பாண்டவர்களும், அத்தினாபுரத்து மக்களும் 'நெட்டை மரங்களென வாய்பொத்தி நின்றனர்' என அசையாது, செயலற்று நிற்கும் மனிதர்களை மரத்தோடு பாடியிருக்கின்றனர்.

ஆனால்! மரங்களுக்கு இதயம் இருக்கு, இசைக்கு மயங்கி வளரும் குணமிருக்கு. கொள்ளென கொடுக்கும் உயர்விருக்கு. கொல்பவனையும் காக்கும் தயவிருக்கு என்பதை உணர்ந்து பாடப்பட்ட ஹைக்கூதான், மனமெங்கும் மகிழ்ச்சிப் பூவை தூவிச்செல்கிறது. மகிழ்ச்சியை மட்டுமல்லாது, ஒரு துயரையும்கூட இலகுத்தன்மையுடன் கடத்திவிடும் பேராற்றல்தான் ஹைக்கூவின் உயிர்நாடி.

ஒரு வாசக மனம், உயிர்ப்பான எதையும் தேடிக் கண்டடைந்துவிடுகிறது. பூவைக் கண்டடையும் ஒரு வண்ணத்துப்பூச்சியென. பூக்கள் வண்ணத்துப்பூச்சிக்கானது மட்டுமல்ல; யாரையெல்லாம் வாழ்த்த வேண்டுமென பூ நினைக்கிறதோ அத்தனைபேருக்குமானது என்பதைச் சொல்கிறது இன்றைய ஹைக்கூ. மனிதர்களை, இயற்கையை நிபந்தனையற்று நேசிக்கும் கவிஞர் பிருந்தா சாரதி அவர்களின் ஹைக்கூவும் நேசத்தையே போதிக்கிறது. காணும் காட்சியில் எல்லாம் நேசம் பெருக்கெடுத்து ஓடுகிறது. சொற்களற்றுப் பெரும் நேசத்தை மனிதர்களிடத்தில், இயற்கையினிடத்தில் கடத்திவிடும் ஆற்றலுடையவர்தான் கவிஞர் பிருந்தா சாரதி அவர்கள். இன்றைய ஹைக்கூ என்ன சொல்கிறது ரசிப்போம், ருசிப்போம் வாருங்கள்.

கி (Ki) மற்றும் ஷின்டோதன்மை

பாஷோவிற்கு செர்ரி.

நம் கவிஞர் பிருந்தா சாரதிக்கு ப்ளாக் பெரி (நாவல்)

சுட்ட பழம் வேண்டுமா? சுடாத பழம் வேண்டுமா? என்ற, தமிழ்சுவை சுமந்த நாவல் கனி சுமக்கும் மரத்தைப் பாடும் ஒரு ஹைக்கூ.

கண்ணிற்கு அழகு கண்ணோட்டம். கண்ணோட்டம் இல்லையென்றால் எண்ணோட்டம் வருமா? கண்ணோட்டத்தில்

அகப்படும் காட்சியைப் படம்பிடித்தாற்போல் சொற்களில் அடக்கி மூன்று வரிகளில் முடக்கி வாழ்வியல் தத்துவம் சொல்ல வாய்த்தல் வரமல்லவா? மரம்... என்ன மரம்? பூ மரமா? கனி மரமா? காய்க்கா மரமா? எட்டி மரமா? எட்டும் மரமா? எட்டா மரமா? எதுவானால் என்ன? மரம் என்பதொன்றே போதுமே, பாடும் வரம் தர. பூ மரமும், கனி மரமும் வாழ்வியல் தத்துவம் சொல்கிறதே... நாவல் கனியென இனித்து, பூ மரமென வாழ்வின் கணங்கள் வண்ணம்சேர்த்து எண்ணம் தூய்மையாக்கும் ஹைக்கூதான் இன்றைய ஹைக்கூ.

பகிர்ந்துகொள்வதின் மகிழ்வு அளப்பரியது. ஒரு ஸென் துறவி, ஸென்னை ஆராதிக்கும் ஒருவரைப் பார்க்கும்போதெல்லாம் 'ஒரு நாணயம் கொடு' எனக் கைநீட்டிக் கேட்பராம். கொடுத்தலின் மகிழ்வை ஒருவருக்குத் தருதல் பேரானந்தம் என்றால், அதை நாம் நேசிக்கும் ஒருவருக்கு வழங்கவேண்டுமல்லவா?

நேசமென்பது எந்தக் குறிக்கோளுமற்றது. குழந்தைத்தன்மை கொண்டது. இயல்பில் கொடுக்கும்தன்மை கொண்டது. நம்மை பகிரச்செய்யும் ஒருவரிடம், நம்முடன் பகிர்ந்துகொள்ளும் ஒருவரிடம் மிகவும் நன்றியுடன் இருக்கவேண்டும். ஒரு மேகமாக இருக்கும் நம்மை, மழையாக பொழிந்துவிடச் செய்துவிடும், மலரின் மணமாக நிறைந்துகிடக்கும் நம்மை மணம் பரப்பச் செய்து, லேசாக்கி, மகிழச்செய்யும் நிகழ்வை, மனிதரை நாம் கொண்டாட வேண்டும்.

நம்மை காதலால், நேசத்தால் நிரம்பிவழியச் செய்பவரைக் கொண்டாடி நன்றி செலுத்த வேண்டும். ஒரு பாடலை பாடத்தோன்றும்விதமாக நம்முள் பேரன்பை வழியவிட்டு, பாடுவதற்கான வெளியை அனுமதித்து, கவனமாகக் கவனிக்கும் அந்தப் பகிர்தலின் சுகம் எத்தனை மேன்மையானது. எதையும் பெறும் நோக்கமின்றி, நிபந்தனையுமின்றி, விளம்பரமும் இன்றி நிறைந்து தளும்பி வழியும் பெருநேசத்தைப் பகிரும்தன்மையே வாழ்வானால், அதைவிட பேரானந்த பெருநிலை ஏதும் உண்டா?

Osho, The 99 Names of Nothingness, Talk #8.

அத்தகைய பேரானந்தப் பெருநிலையைச் சொல்வதுதான் இன்றைய ஹைக்கூ. இன்றைய ஹைக்கூவை சுவைப்பதற்குமுன், பாஷோ அவர்களின் இயற்கைசார்ந்த கவிதையை ருசிப்போம்.

'வசந்த மழை
தன்னை தெரிவிக்கிறது
மரங்களின் சொட்டுகளில்'.
— பாஷோ

'இந்த சூடான வசந்த மழையில்,
சிறிய இலைகள் முளைக்கின்றன
கத்திரிக்காய் விதையிலிருந்து'.
— பாஷோ

'பீச் மரத்தின்கீழ் ஒரு சிறுமி,
யாருடைய மலர்கள் விழுகின்றன
பூமியின் கூடையில்'.
— பாஷோ

'விவசாயியின்
சாலையோரம் ஹெட்ஜ்
உணவாகிறது என் குதிரைக்கு'.
— பாஷோ

மாஸ்டரின் ஒவ்வொரு ஹைக்கூவும், இயற்கையில் ஒவ்வொரு படைப்பும் இன்னொரு படைப்பைக் கொண்டாடுவதை, தன் வரவை ஆவலுடன் இன்னொரு படைப்புக்குத் தெரிவிப்பதை, தன் வரவால் ஒன்றை முளைவிடச் செய்வதை, தன்னையே உணவாக வழங்கும் காட்டுப்பூவை... என, இயற்கையின் பகிர்தலை எழுதியிருக்கிறார். 16ஆம் நூற்றாண்டில், பகிர்தலின் இன்பத்தை இயற்கையின்வழியே ஜப்பானியர்களுக்குப் பாஷோ அவர்கள் ஹைக்கூவாகக் கொடுத்திருக்கிறார்.

ஈதல் இசைபட வாழ்தல் அதுவல்லது
ஊதியம் இல்லை உயிர்க்கு.
— குறள்

உயிருக்கு ஊதியம், ஈதல் என்கிறது குறள். கொள் எனக் கொடுத்தல் பெரிது எனும் தமிழ் வழிவந்த நம் கவிஞரும், இயற்கையின் பகிர்தலைப் பாடி வாழ்வியலின் வசந்தத்திற்கு வழி சொல்கிறார்.

அவரவர் வசந்தத்திற்கான வாசலைத் திறந்துகொள்ளலாம், வாருங்கள்.

பிருந்தா சாரதியின் தரிசனம்

‘எதிர்புற நாவல் மரத்திற்கு
பூங்கொத்தை நீட்டுகிறது
நெடுஞ்சாலைக் கொன்றை மரம்’.

கிகோ - KIGO

நாவல் மற்றும் கொன்றைச் சொற்கள், இந்த ஹைக்கூவின் கிகோவாகும். நாவல் மற்றும் கொன்றை, மே பின்பாதியிலிருந்து ஜூன், ஜூலை முன்பாதி வரையான காலத்தைச் சொல்கிறது.

புவியியல் நிலை: தோட்டம்
பூ மற்றும் கனி என்ற சொற்களின்மூலம் இசைவான முரணைச் சொல்கிறது.

இலக்கியப் பார்வை

கொன்றை மலரைப் பற்றிய தமிழ் இலக்கியக் குறிப்புகள் சிலவற்றை பார்வைக்குத் தருகிறேன். கொன்றை மலரைப் பாடும் பெரும் பராம்பரியம் நம்மிடையே இருந்ததற்கான சான்றுகள் இவை.

காயா கொன்றை நெய்தல் முல்லை (ஐங்குறுநூறு 412, பேயனார், முல்லைத் திணை-தலைவன் சொன்னது)

கொன்றை வேந்தன் செல்வன் அடிஇணை (ஔவையார், கொன்றைவேந்தன்)

பொன்னென மலர்ந்த கொன்றை மணியென (ஐங்குறுநூறு 420, பேயனார், முல்லைத் திணை-தலைவன் சொன்னது)

கதுப்பில் தோன்றும் புதுப்பூங் கொன்றை (குறுந்தொகை 21 - ஓதலாந்தையார், முல்லைத் திணை - தலைவி தோழியிடம் சொன்னது)

காசி னன்னபோது ஈன் கொன்றை குருந்தோடு அலம் வரும் (குறுந்தொகை 148, - இளங் கீரந்தையார், முல்லைத் திணை)

புதல் இவர் தளவம் பூங் கொடி அவிழ பொன் எனக்

கொன்றை மலர மணி என (நற்றிணை 242 விழிக்கட்பேதைப் பெருங்கண்ணனார், முல்லைத் திணை – தலைவன் சொன்னது)

காயாங் குன்றத்துக் கொன்றை போல (நற்றிணை 371 – ஔவையார், முல்லைத் திணை – தலைவன் சொன்னது)

பைங்காற் கொன்றை மெல்பிணி அவிழ (அகநானூறு 4, பாடியவர் – குறுங்குடி மருதனார், திணை - முல்லை, தோழி தலைவியிடம் சொன்னது)

கொன்றையைப் பாடும் பராம்பரியம் மாறாது... வருங்கால சந்ததியினருக்கு நாவல் மற்றும் கொன்றை மரங்களின் பெயர்களையும், அவை கனியும் மற்றும் மலரும் காலத்தையும் இந்த ஹைக்கூமூலம் கடத்தியிருப்பது போற்றத்தக்கது.

ஞானப்பார்வை

கொடுத்தல் மற்றும் பெறுதல் குறித்தான விழிப்புணர்வு நம்மிடம் இல்லை. கொடுத்தலின்போது ஒரு பாராட்டை, ஒரு நன்றியை எதிர்பார்க்கிறது அகம். முழு இதயத்துடன், பேரன்புடன் ஒருவர் ஒன்றைக் கொடுக்க அதைப் பெறும்போது என்ன செய்வது என்று நாம் அறிந்திருக்கவில்லை என்கிறது ஸென்.

நாம் என்ன செய்வது என்று தெரியாமல் நன்றி என்கிறோம். கொடுத்தவரோ, இந்த ஒற்றை வார்த்தையில் திருப்தியுறாமல் மீண்டும் மீண்டும் நம்முன் தோன்றிக்கொண்டேயிருப்பார். ஒருவருக்கு அளிக்கக்கூடிய அய்ந்து சிறந்த பரிசாக ஸென் சொல்வதைப் பார்ப்போம்.

உங்கள் கவனத்தினை (attention) பரிசாகக் கொடுங்கள்.
நாம் யாருக்கும் வழங்கக்கூடிய மிக அருமையான பரிசு நமது கவனமாகும். பேரன்பைப் பரிசாகக் கொடுங்கள்.
உங்களைச் சுற்றியுள்ள மற்றவர்களுக்கு உங்கள் முழு
கவனத்தின் பரிசையும் கொடுத்து, அவர்களுக்குத் தகுதியான
நிலையை அனுமதிப்பதே சிறந்த பரிசாகும்.
நேரத்தைப் பரிசாகக் கொடுங்கள்.
நிபந்தனையற்ற பரிசைக் கொடுங்கள்.
ஒரு பாராட்டைப் பரிசாகக் கொடுங்கள்.

இப்போது ஹைக்கூ சொல்வதைக் கூர்ந்து அவதானியுங்கள்.

நாவல் மரத்திற்குப் பூங்கொத்தை நீட்டுகிறது கொன்றை மரம். ஏன், பூங்கொத்தை நாவல் மரத்திற்கு நீட்டுகிறது. நாவல் கனி கிடைக்கும் என்றா? இல்லை. தன்னிடம் நிறைந்து ததும்பி வழியும் மலரை உவந்து நீட்டுகிறது, எந்த எதிர்பார்ப்பும், நிபந்தனையும் இன்றி.

இந்த ஹைக்கூ, என்ன வாழ்வியலைச் சொல்கிறது? மனிதர்களும் இப்படிப் பாராட்டி, தன்னிடம் இருக்கும் நிறைவானவற்றைப் பகிர்ந்து பரிசாய்க் கொடுத்து வாழ்ந்தால் இந்த பூமி, எவ்வளவு அன்பு நிறைந்த அமைதியான பூமியாக இருக்கும்.

இப்போது மீண்டுமொருமுறை கவிஞர் பிருந்தாசாரதி அவர்களின் ஹைக்கூவைப் படியுங்கள்.

'எதிர்புற நாவல் மரத்திற்கு
பூங்கொத்தை நீட்டுகிறது
நெடுஞ்சாலைக் கொன்றை மரம்'.

வாழ்வியல் பார்வை

ஹைக்கூ சொல்வது இப்போது வெறும் காட்சி மட்டுமல்ல; காட்சியின்வழி கருத்துகள் சொல்லும் வாழ்வியலைக் கவனித்தால் வசந்தத்தின் வாசல் திறக்கும்.

ஒருவரைப் பாராட்டினால் சேர்ந்து பாராட்டும் குணம் மனிதர்களிடம் இருப்பதில்லை. சேர்ந்து பாராட்டி மகிழ்ச்சியைப் பகிர்ந்துகொள்ளாததோடு, பொறாமையின் உச்சத்தில் தன்னிலை மறந்து ஆற்றும் எதிர்வினைகள் சட்டென்று மனிதனைக் கீழ்மைப்படுத்திவிடுகிறது. உள்ளார்ந்த அன்புடன் கொன்றை நீட்டும் பூங்கொத்தும், அதைப் பெற்றுக்கொள்ளும் நாவல் மரமும் ஒரு காட்சியின்மீது இணைக்கப்பட்ட வாழ்வியல்தான் என்றாலும் கொடுப்பதும், பெறுவதுமான காட்சி என்றென்றும் பேரழகானது அல்லவா?

கனி மரமும், பூ மரமும் வேறுவேறு என்றாலும் ஒன்றையொன்று வாழ்த்திக் கொள்கின்றன, முழுமையான மகிழ்ச்சியுடன். பூங்கொத்தை நீட்டியதால் கொன்றைப் பூவின் அழகோ, மருத்துவக் குணமோ குறைவதில்லை. வாங்குவதால் நாவல் கனியின் சுவையோ, மருத்துவக் குணமோ தாழ்ந்ததில்லை. இயற்கையில் புல்லும் புளியமரமும் சமம்தான். தனக்கான இடத்தை, தன்னால் இயன்றதை உணர்ந்து செயல்படுவதோடு

உடனிருக்கும் இன்னொரு படைப்பைப் பாராட்டி வாழ்த்திப் பகிர்ந்துகொள்ளும்தன்மை இருப்பதால்தான் இயற்கை என்றென்றும் பேரழகுடன் பெருமிதமாய் நிற்கிறது.

மரத்தின்மீது அமர்ந்திருக்கும் குரங்குகள், சிறுத்தையோ, புலியோ வந்தால் கீழே மேய்ந்து கொண்டிருக்கும் மானுக்கும், மயிலுக்கும் சமிக்ஞை தரும். காட்டுப் பசுக்களுக்கு, மயில்கள் எச்சரிக்கை செய்யும். ஐந்தறிவு உள்ள ஒவ்வொன்றும் உணவுக்காவும், தற்காப்புக்காகவும் மட்டுமே பிறவுயிரைக் கொல்கின்றன. ஆனால் மனிதனோ காழ்ப்புணர்வாலும், பொறமையாலும் பிறரின் மனம் வாடச் செய்கின்றனர். பாராட்டும், வாழ்த்தும் சடங்காகிப் போய்விடுகிறது. அல்லது ஏதோ ஒரு எதிர்பார்ப்பு. பகிர்தலே வாழ்வாய் மாற, பகிர்தலின் பேரின்பம் மேன்மையானது. விளம்பரம் செய்துகொள்ளாமல் பேரன்புடன் செய்கின்ற ஒவ்வொரு செயலும் பேரழகாய் மிளிரும். அதனருகில் முயன்று செய்யும், போலச் செய்யும் யாவும் தோற்றுப்போகும். அதில் ஒளி இருக்காது.

அதனால்தான் இயற்கையின்முன் மனிதர்கள் சிறுமைப்பட்டு நிற்கிறோம். இயற்கை பேரழகாய் மிளிர்கிறது. ஒவ்வொன்றும் வேறுவேறு உணர்ந்து ரசித்து, போற்றிப், பாராட்டிப் பகிர்ந்து வாழ்தல் வேண்டும். காலம் வரும்வரை காத்திருக்க வேண்டும். நாவல் மரத்திற்கும் கொன்றைக்கும் வளர்ந்து முதிர்வதற்கான காலம் தேவைப்பட்டிருக்கிறது. காத்திருந்து வளர்ந்தபின் வரும் முதிர்ச்சிதான் உண்மையான பேரன்போடு தன்னிடம் இருப்பதைப் பகிர்ந்து வாழ்த்துதல். அகமின்றி, நிபந்தனையின்றி, எதிர்பார்ப்பின்றி பகிர்தலே வாழ்வானால் அதுவே சொர்க்கம் என்கிறார், ஓஷோ.

மீண்டுமொருமுறை ஹைக்கூவைப் படியுங்கள்.

'எதிர்புற நாவல் மரத்திற்கு
பூங்கொத்தை நீட்டுகிறது
நெடுஞ்சாலைக் கொன்றை மரம்'.

வாழும்போதே சொர்க்கத்தை அனுபவிக்க, சொர்க்கத்திற்கான வசந்த வாசலைத் திறந்து வைக்கிறது, இன்றைய ஹைக்கூ.

ரபீந்திரநாத் தாகூர், கவிதை வழி சொன்ன கதை

What have you got for me? என்ற கவிதையின் மூலம் சொல்லப்பட்ட கதை.

சிறிய நகர் ஒன்றில் ஒரு பிச்சைக்காரர் வாழ்ந்துவந்தார். எப்போதும் பிச்சை எடுத்துக் கொண்டிருப்பார். வாங்கியே பழகியவர். கொடுத்தல்பற்றி ஏதும் அறியாதவர். தன் 'பை' நிறைந்து வழிந்தாலும் பிச்சை எடுப்பதை நிறுத்தமாட்டார்.

இந்நிலையில், ஒரு அரசன் அவ்வழியே வருகிறார். சட்டென்று தேரிலிருந்து இறங்கி பிச்சைக்காரரைப் பார்த்து தன் விரித்த உள்ளங்கையை நீட்டி, 'எனக்காக என்ன வைத்திருக்கிறாய், கொடு' என்கிறார்.

பிச்சைக்காரருக்குக் குழப்பமும், தடுமாற்றமும் ஏற்பட்டாலும் அரசனுக்கு இல்லை என்று சொல்லமுடியாது என்பதால், பைக்குள் கைவிட்டு ஒரே ஒரு கோதுமை தானியத்தைக் கொடுக்கிறார். அரசர், அதை வாங்கிக் கொள்கிறார், விழிகளில் மகிழ்ச்சி தளும்ப சட்டென்று தேரில் ஏறி மறைந்துவிடுகிறார்.

பிச்சைக்காரர், இழந்த ஒரு கோதுமை தானியத்தை நினைத்து வருந்தியபடி தன் இடத்திற்கு வந்து சேருகிறார். அன்று கிடைத்த பொருட்களைப் பார்க்க பையை தரையில் கவிழ்க்க அதில் ஒரு தங்க தானியம் மின்னுகிறது. தான் கொடுத்த ஒரு தானியத்திற்கு ஒரு தங்க தானியம் கிடைத்திருப்பதை உணர்கிறார். அரசனிடம் அனைத்தையும் கொடுத்துவிட நினைக்கிறார். ஆனால் அரசன் எங்கு சென்றார் என்பது தெரியவில்லை. ஒரு தூசியைக் கொடுத்தாலும் அது பலமடங்காகி விலைமதிப்பற்ற உயர்பொருளாக நம்மை வந்தடையும். கொடுக்காதபோது தங்கமும் தவிடு ஆகிவிடுகிறது.

ஒரு கஞ்சனைப் போல் ஏழ்மையில் வாழ்பவர் எவ்வளவு இருந்தாலும் அதை அவர் உணர்வதே இல்லை. பகிர்தலே வாழ்வை வளப்படுத்தும், செழுமையுறச் செய்யும் கொடுத்தல் மற்றும் பெறுதல் இரண்டுமே போற்றுதலுக்கு உரியது. அது, நிறைவான தளும்பலின் பகிர்தலாய் இருக்கும்போது. கொடுத்தல் என்பது பொருள் மட்டுமல்ல என்பதை ஸென் மேலே கூறியிருக்கிறது. மீண்டுமொரு முறை, இன்றைய ஹைக்கூவைப் படியுங்கள், மனமெங்கும் பரவட்டும் வாழ்த்தின் வசந்த மணம்.

'எதிர்புற நாவல் மரத்திற்கு
பூங்கொத்தை நீட்டுகிறது
நெடுஞ்சாலைக் கொன்றை மரம்'.

12

தூக்கணாங் குருவியே உன்னைத் தொழுகிறேன்
உன் வீடு கட்டும் கலையை
எனக்கும் கற்றுக்கொடு

ஹைக்கூ காட்சியை மட்டும் விரியச் செய்து, வெளிப்படையாக செய்தியைச் சொல்லாது, வாசகரை பங்காளனாக ஆக்கிக்கொள்ளும். அதேநேரத்தில் வாசகரின் ரசனை, பார்வை, அனுபவத்தை அடிப்படையாகக் கொண்டு பல்வேறு கோணத்தில் ரசிக்கக்கூடிய கவிதை வடிவம்தான் ஹைக்கூ. சிற்றுயிர்களையும், அரிய உயிர் வகைகளையும் பாடுவது.

ஹைக்கூ கவிஞர்களின் அவதானிப்பையும், உயிர்களை நேசிக்கும் பேரன்பையும், 'தான்' எனும் அகம்துறந்த பண்பையும் கண்ணாடியெனக் காட்டும். சிற்றுயிரைத் 'தொழல்' என்பது, எவ்வளவு பெரிய மாண்பு. உயிர் தோன்றிய அன்றே நேசமும் துளிர்க்கத் தொடங்கியிருக்க வேண்டும். நீலப்பச்சை பாசியிலிருந்து உருவாகி, பல்கிப் பெருகிய உயிர்கள் அனைத்திற்குள்ளும் ஒரு மெல்லிய இணைப்பு இருந்துகொண்டேயிருக்கிறது.

ஒன்றிடமிருந்து ஒன்றைக் கற்றலும், தொழலும் என ஒன்றோடு ஒன்று இயைந்த, இணைந்த வாழ்வுதான் இயற்கை தந்த வரம். அதைச் சரியாக ஏந்திக்கொண்டவர்கள்தாம் ஹைக்கூ கவிஞர்களாக வாழ்வை வாழ்கின்றனர். காணக்காண வியப்பூட்டும் பெரும் புதையலை தன்னகத்தே கொண்டிருக்கும் இயற்கையே இறை. அதைத் தொழலே முறை.

பறவை ஆக விரும்பும் மனிதர்களிடையே, பறவையுடன் எளிதாய்ப் பேசிவிடும் அன்புமொழி அறிந்தவர்தான், கவிஞர் பிருந்தாசாரதி அவர்கள். இயற்கையை, அதன் படைப்பை ஆராதித்து,

பிருந்தா சாரதியின் ஹைக்கூக்களை முன் வைத்து / கோ.லீலா 136

குருவெனத் தொழுது, கற்றலின் இனிமையைப் போதிக்கும் ஹைக்கூதான் இன்றைய ஹைக்கூ.

ஷின்டோ (Shintoism) தன்மை (Yugen) யுஜென் தன்மை

யுஜென்தன்மை, தான் கண்டுணர்ந்த காட்சியினை தன் இதயத்தின்வழியே நுண்மையாக, மென்மையாகச் சொல்லுதல்.

பறவை கூடுதானே கட்டும், வீடு கட்டுமா? நேசிப்பவர்களுக்காக செய்யும் எதுவும் வெறும் கூடல்லவே. தான் நேசிக்கும் பெண் பறவைக்காக ஆண் பறவை நெய்யும் கூடு வீடுதானே. *Amu Tori* ஜப்பான் மொழியில் டொரி என்றால் பறவை. அமு டொரி என்றால், தூக்காணங்குருவி. குயிலை அதிகமாகப் பாடும் கவிதைகளிடையே, கூடு கட்டும் தூக்கணாங்குருவியைத் தொழும் ஹைக்கூ என்பதுதான் இயற்கையிடத்தில் சரணடையும்தன்மை.

இயற்கை தன்னகத்தே, உயிர்களுக்குத் தேவையான அத்தனை பாடத்தையும் வைத்துள்ளது. இயற்கையில் கரையும் ஷின்டோ தன்மையும், அதை இதயத்தின்வழியே சொல்லும் யுஜென் தன்மையும்கொண்ட ஹைக்கூ என்பதுதான் இன்றைய ஹைக்கூவின் சிறப்பு. பறவைகள் பற்றி மாஸ்டர்களின் சிறகு விரிக்கும் ஹைக்கூவைப் பார்ப்போம்.

'வாடிய கிளை
ஒரு காகம் குடியேறிய இடத்தில்
இலையுதிர் இரவு'.
— பாஷோ

'பாப்பிங் மற்றும் நெசவு
ஒரு எதுவும் — தெரியாத பறவை பாடவில்லை...
உதிர்ந்த இலைகள்'.
— இசா

இசா அவர்களின் ஹைக்கூவில், *Bobbing and weaving* என்பது குத்துச்சண்டையில் தற்காத்துக்கொள்ளும் ஒரு முறை. அதைப்பற்றியும், வேறுஎதுவும் தெரியாத பறவை இலையுதிர் காலத்தைப் பாடவில்லை. ஆனால் மனிதர்கள் அப்படியில்லை என்கிறார், இசா.

ஆனால் கவிஞர் பிருந்தா சாரதியோ, பறவைகளிடம் ஒரு பொறியாளரைக் கண்டிருக்கிறார். சங்க கால இலக்கியத்தைப் போன்றே இக்கால இலக்கியத்திலும் சிற்றுயிர்களைப் பாடும்தன்மைகொண்ட கவிஞர் பிருந்தா சாரதி அவர்களின் ஹைக்கூவைக் காண்போம்.

பிருந்தா சாரதியின் தரிசனம்

'தூக்கணாங்குருவியே உன்னைத் தொழுகிறேன்
உன் வீடு கட்டும் கலையை
எனக்கும் கற்றுக் கொடு'.

மனிதர்களின்று பறவைகளால் வாழ முடியும். ஆனால் பறவைகளின்றி மனிதர்களால் வாழ முடியாது என்கிறார், பறவையியல் பேரறிஞர் சலீம் அலி. எவ்வளவு பெரிய உண்மை.

கிகோவும் திணையும்

தூக்கணாங்குருவி என்ற சொல்தான் இந்த ஹைக்கூவிற்கான கிகோ.

தூக்கணாங்குருவி வீடு (கூடு) கட்டினால் மழைவரும். கோடையில் கட்டத் தொடங்கும் பெண் பறவை பார்வையிட்டு, விருப்பத்தைத் தெரிவித்துச் சென்றபின், வீட்டை மழைக்காலத் தொடக்கத்தில் கட்டி முடித்துவிடும்.

இருத்தலும் இருத்தல் நிமித்தமும் என்ற உரிப்பொருளும் மிக அழகாய் அமர்கிறது. இந்த ஹைக்கூ, காலமாற்றத்தை இயல்பாகச் சொல்வதோடு, திணைக்குரிய உரிப்பொருளையும் சொல்கிறது என்பது கூடுதலான சிறப்பு. இந்த ஹைக்கூ முல்லை நிலத்தைப் பாடுகிறது. முல்லை காடும் காடுசார்ந்த இடமும்.

முல்லை நிலப் பறவைகள்

கானக்கோழி, குயில், தூக்கணாங்குருவி, புறா, மடாப்புறா, மணிப்புறா, சிறிய தவிட்டுப்புறா, சாம்பல்புறா, போகில் (பச்சைப்புறாவினம்) போன்றவை முல்லை நிலப் பறவைகள் ஆகும்.

பறவையியல் பார்வை

பெண் தூக்கணாங்குருவி, ஆண் பறவையின் பிரிவை நினைத்து, வரும் வரை முட்டைகளை அடைகாத்து, குஞ்சு பொரித்து, அவற்றுக்கு எல்லாவற்றையும் கற்றுக் கொடுத்து பெண் பறவை, ஆண் பறவைக்காகக் காத்திருக்கும்.

ஆண்பறவை எங்கே செல்லும், வேறு ஒரு கூடு கட்டத்தான். வேறு ஒரு பெண் பறவையை ஈர்க்கும். இப்படி 10-15 கூடு கட்டும். இது களவொழுக்கம் என்கிறார்கள். இக்காலத்தில், தூக்கணாங்குருவியைப் பாடிய ஹைக்கூ மிகக் குறைவே. அந்தவகையில் அரிய ஹைக்கூவாகவும் சிறப்புறுகிறது. தமிழ் இலக்கியத்தில் தூக்கணாங்குருவியைப் பற்றிய குறிப்பு ஏதுமில்லையா? ஏனில்லை, இதோ சில பாடல்கள்...

இலக்கியப் பார்வை

எந்தையும் யாயும் உணரக் காட்டி
ஒளித்த செய்தி வெளிப்படக் கிளந்தபின்
மலைகெழு வெற்பன் தலைவந் திரப்ப
நன்றுபுரி கொள்கையின் ஒன்றா கின்றே
முடங்கல் இறைய தூங்கணங் குரீஇ
நீடிரும் பெண்ணைத் தொடுத்த
கூடினும் மயங்கிய மைய லூரே.

- உறையூர்ப் பல்காயனார், குறுந்தொகை – 374

நம் தந்தையும் தாயும் உணரும்படி அறிவித்து, நாம் இதுகாறும் மறைத்திருந்த களவொழுக்கத்தை வெளிப்படும்படி யான் சொன்னபிறகு, மலைகள் பொருந்திய தலைவன் தம்மிடத்தே வந்து வரைவினை இரப்ப நமர் நன்மையைச் செய்யும் கொள்கையினால் வளைவையுடைய சிறகையுடையனவாகிய தூக்கணங்குருவி உயர்ந்த பெரிய பனையினிடத்தே அமைத்த கூட்டைக்காட்டிலும் பலவகையாக மயக்கத்தை அடைந்திருந்த இம் மயக்கத்தையுடைய ஊரானது நம்மோடு ஒன்றுபட்டது.

-புறநானூறு - 225.

முன்பு, மற்ற வேந்தர்களின் அரண்மனைகளில் இருந்த வலம்புரிச் சங்குகளை முழங்கினால், அவர்கள் முரசுடன் பெற்ற வெற்றியைக் குறித்து முழங்குகிறார்கள் என்று நலங்கிள்ளி

நினைப்பான் என்று அஞ்சி, தூக்கணாங்குருவிக் கூடுகளைப்போல் ஒருபக்கம் தூங்கிய (தொங்கிக்கொண்டிருந்த) வலம்புரிச் சங்குகள் இப்பொழுது உலகாளும் மன்னர்களின் அரண்மனை வாயில்களில், அவர்களைத் துயில் எழுப்புவதற்காக ஒலித்தாலும் நான் அதனைக் கேட்டு, இன்னும் இறவாமல் இருக்கிறேனே என்று வருந்துகிறேன்.

தூக்கணாங்குருவியை, *'முதுக்குறைக்குரீஇ'* என்கிறது நற்றிணை.

முதுக்குறைக்குரீஇ முயன்று செய் குடம்பை
மூங்கில்அம் கழைத் தூங்க, ஒற்றும்
வட புல வாடைக்குப் பிரிவோர்
மடவர் வாழி, இவ் உலகத்தானே!

- நற்றிணை – 366

வயதுவந்த (முதுக்குறை) தூக்கணாங் குருவி வேல்போல் பூத்திருக்கும் கரும்புப் பூவில் கோதுகளை எடுத்துச் சென்று மூங்கிலின் உச்சியில் கூடுகட்டப் பயன்படுத்திக்கொள்ளும். அந்தக் கூடு ஆடும்படி வாடைக்காற்று வீசும். இப்படி வாடைக்காற்று வீசும் பருவத்தில் கூடத் தன் காதலியை விட்டுவிட்டுப் பொருளீட்டிக்கொண்டிருப்போர் இந்த உலகத்தில் உண்மையில் மடையர். வாடைக்காற்று வீசும் கூதிர்ப் பருவத்தில் பொருள் தேடிக்கொண்டிருக்கும் தலைவன் தனக்குத் தானே சொல்லிக்கொள்கிறான்.

இப்போது மீண்டும் ஒருமுறை ஹைக்கூவைப் படியுங்கள்.

'தூக்கணாங்குருவியே உன்னைத் தொழுகிறேன்
உன் வீடு கட்டும் கலையை
எனக்கும் கற்றுக் கொடு'.

ஒரு ஹைக்கூ படிக்க, சங்க இலக்கியம் வரை செல்லவேண்டுமா? ஆம், அதுதான் ஒரு ஹைக்கூவின் சிறப்பு. எல்லையற்ற சிந்தனை விரிதலை ஏற்படுத்த வேண்டும் ஒரு ஹைக்கூ. கூடவே, இத்தகைய ஒப்புநோக்கல்.

ஒரு உயிரினம் எத்தனை ஆண்டு பழமையானது, அதன் வாழ்வியல், மனிதனுக்கும், இவ்வுயிர்களுக்கும் உள்ள தொடர்பு, ரசனை, அவதானிப்பு, அதன்மூலம் வருங்கால சந்ததியினருக்குச் சொல்லப்படும் செய்தி போன்றவற்றை ஆவணப்படுத்தக்கூடிய ஒன்றாகவும் இருக்கும்.

ஹைக்கூவிற்குள் நுழைவோம்.

ஆகா ! பறவையுடன் பேசும் குணம், கவிஞர்களுக்கே வாய்க்கும். இயற்கையிடம் பாடம் கற்கும் உன்னத நிலை. காலம் கடந்தும் செய்தி கடத்தும் ஹைக்கூ. தூக்காணங்குருவியைத் தொழுத கவிஞரென காலம் போற்றும்.

முதல் வரியிலேயே தூக்கணாங்குருவியைத் தொழ... எதற்காக எனும் ஒரு கேள்வி எழும்பி விடுகிறது. இந்தக் கேள்வித்தன்மைதான், அடுத்து வரும் வரிகளில் பதிலை மின்வெட்டென மின்னச் செய்து, முழுக் கவனத்தையும் பெற்றுவிடும் மந்திரம். இதில் முரண் இருக்கிறதா? எனில் இருக்கிறது. தூக்கணாங்குருவி தலைகீழாக தொங்கக்கூடியவை. அதாவது, கால் மேலாக இருக்கும், அதற்கு முரணாக கை மேல்நோக்கி இருப்பதை உணர்த்தும் வரிதான், 'நான் உன்னைத் தொழுகிறேன்'.

முதல் பார்வை - பொது

ஹைக்கூ படைக்கவும், வாசிக்கவும் மெல்லிய நகைச்சுவை உணர்வு வேண்டும். ஒரு எளிய வாசகராக, அப்படியொரு நகைச்சுவை உணர்வின் துள்ளலோடு படிக்கும்போது இதழில் ஒரு புன்னகையைத் தவழவிடுகிறது ஹைக்கூ.

தூக்கணாங்குருவியிடம் வீடுகட்டச் சொல்லித்தர சொல்வது ஏன்? என்ற கேள்வியெழ புன்னகை வரும். அதற்கு தூக்கணாங்குருவி எதற்காக கூடு கட்டுகிறது என்று தெரிந்திருக்க வேண்டும். தூக்கணாங்குருவிபோல் தன் இணைக்காக வீடு கட்ட கவிஞர் தூக்கணாங்குருவியை தொழுது நிற்கிறாரோ என்று தோன்றும்படி இந்த ஹைக்கூவில் காதல் சுவையும் மிளிர்கிறது.

மனித இனத்தைத் தவிர, மற்ற உயிரினங்களில் ஆணினமே பெண்ணினத்தைக் கவருவதற்கு சாகசங்கள் செய்கின்றன என்கிறது அறிவியலும், இலக்கியமும். ஆனால் மனித இனத்திலும் அது விதிவிலக்கல்ல என்றே ஹைக்கூ சொல்வதுபோல் தோன்றுகிறது. பொருள் இல்லார்க்கு இவ்வுலகம் இல்லை என்ற குறள் படித்திருக்குமோ, அந்த தூக்கணாங்குருவி என்று தோன்றும்போதே...

பொதுவாக பறவையினமும், கவிஞர்களும் நாளை என்பது பற்றிய கவலையற்றவர்கள் எனக் கேள்விப்பட்டிருந்தாலும் உண்மையில், அப்படியில்லை என்கிற நிதர்சனத்தையும் சொல்கிறது ஹைக்கூ. அதேநேரத்தில், ஒற்றை மூக்கால், புல்லைக்கொண்டு படி முடிச்சிட்டு, ஒரு கூட்டை நெய்துவிடுகிற தூக்கணாங்குருவி சொல்லும் செய்தி, 'வல்லவனுக்குப் புல்லும் ஆயுதம்' என்பதுதானே.

இரண்டாவது பார்வை - பறவையியல்

ஆங்கிலத்தில் ornithology என்று சொல்லப்படக்கூடிய பறவையியல் கல்விக்கு இதைப் பாடமாக வைக்கலாம். அவ்வளவு செய்திகள் தூக்கணாங்குருவியைப் பற்றி கோடிட்டுக் காட்டுகிறது, இந்த மூன்று வரி. அதனையறிந்தால் தூக்கணாங்குருவியையும், கவிஞரையும் தொழுவோம்.

'தூக்கணாங்குருவியே உன்னைத் தொழுகிறேன்
உன் வீடு கட்டும் கலையை
எனக்கும் கற்றுக் கொடு'.

'வீடு கட்டும் கலை' என்ற வரிதான் தூக்கணாங்குருவியின் திறனையும், கவிஞரின் தேவையையும் ஒருசேர கூறுகிறது.

நாமும் ஒரு காலத்தில் இயற்கை பொருளைக்கொண்டுதான் வீடுகளைக் கட்டினோம். ஆனால் இப்போது கான்கிரீட் வீடுகள் அமைக்கத் தொடங்கிவிட்டோம். இயற்கையை கற்றுத் தரச்சொல்லி தூக்கணாங்குருவியை தொழுவதாகத் தோன்றுகிறது. தூக்கணாங்குருவிக்கு மழைக்காலம் வந்தால் மன்மத யோகம்தான். வெயில் காலத்தில் கூட்டை கட்டத் துவங்கி, பெண் பறவைகளை ஈர்க்கத் துவங்கும், பெண் பறவை இணக்கம் தெரிவித்தால் கூட்டை மழைக்காலத்திற்குள் கட்டி முடித்து தன் இணையோடு குடியேறிடுவாங்க, நிறைய அறைகள் உள்ள வீடுபோல் இருக்கும். மழைக்காலம் அதன் இனப்பெருக்க காலம்.

கூடு, சங்கு போன்ற அமைப்புடன் ஒருபுறம் சாய்ந்தாற் போல இருக்கும். இவங்க வீட்டோட பால்கனி கிழக்கு நோக்கி இருக்கும், தென்மேற்கு மழையின்போது வரும் சாரலைத் தடுக்க என்கிறது ஆய்வு. வாயில், அடிப்புறத்தில் இருக்கும். மழைநீர் நிரம்பிவிடாது இருப்பதற்கும், உயரத்தில் பறக்கும் பறவைகளின் பார்வையிலிருந்து முட்டைகளைக் காப்பற்றவும். எனில், வடகிழக்குப்

பருவமழைக்குமுன்பே கூடுகட்டும் வேலை முடிகிறது என்பதையும் அறியும்போது, ஹைக்கூ எழுதிய காலம் மிகச்சரியாக மே- ஜூன் ஆக இருப்பதும் மீச்சிறப்பு. மேலும் நீர்நிலைகளின் அருகில் கூடு தொங்கும்படி அமைக்கப்பட்டிருக்கும். பிற விலங்குகளிடமிருந்து முட்டைகளை, குஞ்சுகளைக் காப்பாற்ற.

ஒரு தேர்ந்த பொறியாளர்போல், தள ஆய்வுசெய்து இடத்தை தேர்வுசெய்து வாசல் முதல் அறை, உள் வெப்பநிலை, பாதுகாப்பு, நீர்நிலை எனப் பல்வேறு கூறுகளை ஆய்வு செய்யக்கூடிய புத்திசாலிப் பறவைகள்தாம் தூக்கணாங்குருவிகள். தூக்கணாங்குருவி ஒரு கூட்டை கட்டி முடிக்க, சுமார் *3437* புல் மற்றும் வைக்கோல் கீற்றுகளைப் பயன்படுத்துகின்றன. ஒரு கூட்டை கட்டி முடிக்க, *500* முறை பயணிக்கிறது. கூடு ஒரு *Thermostat* ஆகவும் இருக்கிறது. *Thermostat* என்றால், வெப்பச்சமனி என்று பொருள். மழைக்காலத்தில் வெதுவெதுப்பாகவும், கோடைகாலத்தில் குளுமையாக இருக்கும்வகையில் கூடு அமைக்கப்படுவதும் சிறப்பு.

பாம்பு, பல்லி நுழையமுடியாதவகையில் நுழைவாயில் ஒரு குறுகிய குழாய் போன்று அமைக்கப்பட்டு, இணை மற்றும் குஞ்சுகளுக்கு தனித்தனி அறை அமைக்கும் வல்லமைவாய்ந்த பறவை என்பதால், இப்பறவையை *Engineer bird* என்றும் அழைக்கிறார்கள். பலதாரமணம் செய்யும் தன்மையுடையவை பெண், ஆண் தூக்கணாங்குருவிகள். ஒரேநேரத்தில் அய்ந்து குடும்பத்திற்கு தலைவனாக இருக்கும் இப்பறவை, களிமண்ணில் மின்மினிப்பூச்சியை ஒட்டவைத்து கூட்டிற்குள் ஒளியேற்றும் வல்லமை பெற்றிருப்பதும் ஆச்சரியம்தான்.

கூடு *water proof* தன்மையுடையதாகவும் இருக்கும். *Sun shade*கள் வைத்து கூடு கட்டக்கூடிய பறவை. களிமண் வைப்பது, கூடு காற்றில் ஆடி விழாமல் *stability*யுடன் இருப்பதற்காக என பறவையியல் நிபுணர்கள் கூறுகின்றனர். எனில், ஹைக்கூ நீர்நிலைகள் நிரம்பியிருந்த காலத்தில் எழுதப்பட்டிருப்பதும், அந்த ஆண்டு மழைப்பொழிவு சீராக இருந்ததும்கூட உறுதி செய்யப்படுகிறது. ஒரு ஹைக்கூ, பல்வேறு செய்திகளைச் சொல்லக்கூடியதாக இருக்க வேண்டும். பறவையியல் எனும் ஒன்றைக் கூறுவது சிறப்பு.

கவிஞர் ஆசியக் கண்டத்தைச் சார்ந்தவர் என்பதால், அவர் கண்ணுற்ற பறவை *social weaver bird* இல்லை. அதே நேரத்தில், அது *Baya - weaver bird* என்பதும் உறுதியாகிறது. *social weaver bird* ஆண்டு

முழுதும் கூட்டைப் பராமரிக்கும் இயல்பு உடையவை. ஜப்பானில், Entomology in haiku என்றெல்லாம் ஆய்வு செய்திருக்கிறார்கள். அப்படியொரு ஆய்வுக்கான முகாந்திரத்தை தரக்கூடியவை, கவிஞர் பிருந்தா சாரதி அவர்களின் ஹைக்கூ. முரண் உள்ளது, காலநிலையைச் சொல்கிறது, எந்த நிலம் எனச் சொல்கிறது, இயற்கையை, சிற்றுயிரைப் பாடுகிறது, 'தான்' எனும் அகம்துறந்த நிலையும் இருக்கிறது.

காதல், பொருள் தேடல், பறவையியல் களவொழுக்கம், உரிப்பொருள், ஜப்பானிய ஹைக்கூவைப் போன்று பறவையைப் பாடுதல், சங்க இலக்கியத்தின் சுவடில் நடைபோடல் எனப் பன்முகத்தன்மையுடன், பல்வேறு கோணங்களில் வாசகரின் சிந்தனையை விரிவடையச் செய்கிறது.

மீண்டும் ஹைக்கூவைப் படியுங்கள்.

'தூக்கணாங்குருவியே உன்னைத் தொழுகிறேன்
உன் வீடு கட்டும் கலையை
எனக்கும் கற்றுக் கொடு'.

13

அலை ஓசையில் கலக்கிறது
மணியோசை
கடற்கரை ஆலயத்தில் பிரார்த்தனை

ஹைக்கூ என்பது இயற்கையை மட்டுமல்ல, மனிதர்களின் குணநலன்களையும் பாடுவது. சமூகத்தில் நடக்கும் பல்வேறு நிகழ்வுகளையும் ஒரு மெல்லிய நகைச்சுவையோடு சொல்வதும் ஹைக்கூவின் சிறப்புத்தன்மை. பல நேரங்களில் காட்சியை மட்டும் சொல்லும். மரம், பறவை போன்ற பல்வேறு இயற்கை உயிரினங்களைப் பாடி அவற்றை காலங்கடந்து வாழவைப்பதில் ஹைக்கூவிற்கு பெரும்பங்கு உண்டு. பிரபஞ்சத்தின் யாவற்றையும் தன்னுள் அடக்கிவிடும் ஆற்றலுடையது ஹைக்கூவிற்கு பன்மையும் ஹைக்கூதான். *(The plural of haiku is haiku. Like sheep or deer. There is no such word as 'haikus'.)*

மனப்புதிர்களாய் சிலநேரம் தோன்றும் ஹைக்கூவை யார் விடுவிப்பது, கவிஞரா? வாசகரா? எனும் கேள்வி எழும்போதுதான், ஹைக்கூவின் பங்காளர் கவிஞரும், வாசகரும் என்பது தெளிவாகும். ஹைக்கூ வாசிப்போரையும் உற்சாகப்படுத்தி பல்வேறு காட்சிகளை, செய்திகளை புத்தாக்கம் செய்துவிடும்தன்மைக கொண்டது. மண்ணிற்கேற்ற பண்பாடு, கலாச்சாரம், நில வகைப்பாடுகள், பருவகால நிலை, பழக்கவழக்கங்கள், வாழும் உயிரினங்களுக்கு ஏற்ப ஹைக்கூவின் தன்மை, பாடுபொருள் யாவும் மாறும். நிறை காணும் மனமும், இயற்கையை, மனிதர்களைக் கொண்டாடும் மனமும், நுட்பமான அறிவுத்திறனும் ஒன்றோடு ஒன்றிணைந்து ஒரு ஞானமலரென மலர்வதே ஹைக்கூ.

ஏராளமான ஹைக்கூ வந்தவண்ணம் இருந்தாலும், அட! என வியக்கவைக்கும் ஹைக்கூவும், மெல்லிய புன்னகையை

வழியவிடும் ஹைக்கூவும், பலதளங்களில் சிறகு விரிக்கும் ஹைக்கூவுமே காலங்கடந்தும் நிற்கக்கூடியவை. ஹைக்கூ ஏன், இப்படி வசீகரிக்கிறது எனில், தன் உணர்வுகளை மட்டும் சொல்லும் கவிதைகள் காலங்கடந்து நிற்பதில்லை. ஹைக்கூ, தன் உணர்வுகளைப் பாடுவதைத் தவிர்த்து பிரபஞ்சப் பெருவெளியை பாடுவதால்தான் எல்லோராலும் போற்றப்படுகிறது.

பார்க்க எளிதாகவும், சட்டென்று எழுதவேண்டும் என்ற ஆவலைத் தூண்டினாலும், எழுதுவது அத்தனை எளிதல்ல. பயணமும், அவதானிப்பும், காட்சியை சொற்களில் இறக்கிவைத்துவிடும் புத்திசாலித்தனமும், ஸென் மற்றும் சூஃபிதன்மையும் கைவரப் பெறவேண்டும். இறைத்தன்மையை எங்கே காணுவது, கள்ளமற்ற எல்லாவற்றிலும் இறைத்தன்மையே நிறைந்திருக்கும். எனில், பிரபஞ்சத்தின் இயற்கையில் மிளிர்வது இறைத்தன்மையே. இறைத்தன்மைக்கும், இறைவனுக்கும் உள்ள வேறுபாட்டையும், மனித மனங்கள் பொருள்மீது கொண்டிருக்கும் பற்றைப் பற்றியும் சொல்வதுதான் இன்றைய ஹைக்கூ.

ஷின்ஜின் (Shinjin) மற்றும் சபி (sabi) தன்மை

ஷின்ஜின் என்பது இறைத்தன்மையைப் பாடுவது, சபிதன்மை எதுவும் நிரந்தரத் தன்மையற்றது என்பதைக் கூறுவதாகும். அமைதியாகவும் இலகுத்தன்மையுடன் இருந்தாலே இறைத்தன்மை வளரும். மனித மனமோ, சதா எதையோ தேடியலைகிறது, அமைதி கொள்வதே இல்லை. எதிலும் நிலையில்லாது தவிக்கும் மனம் எதில் ஒன்றும். அகமும், புறமும் ஒன்ற வசப்படும் இறைத்தன்மை. அங்கொரு கண்ணும், இங்கொரு கண்ணும் ஆலய வழிபாடில்லை எனும் ஒரு பாடலை நினைவூட்டும் ஹைக்கூ, பிரபஞ்சமே இறைத்தன்மை என்பதை மிக எளிய, அனைவரும் உணர்ந்த ஒரு நிகழ்வின்மூலம் சொல்கிறது.

அலையும் மனதை சிலையென நிறுத்தி...
மிளிரும் கதிரில்
கூவும் குயிலில்
ஆடும் மயிலில்
மருளும் மானில்
ஓடும் நதியில்
ஒளியும் மீனில்
அசையும் கிளையில்

வீழும் நீரில்
அலையும் முகிலில்
மலரும் பூவில்
கவிகை விரித்து
அசையும் தருவில்
பொழியும் மழையில்
காவின் சிறகில்
விரியும் இருளில்
ஒளிரும் ஒளியில்
மினுங்கும் மீனில்
வளரும் பிறையில்
மெல்ல ஒலியெழுப்பி
அசையும் 'ஆ'வில்
இசைக்கும் மணியில்
கடலின் மடியில்
வீழ்ந்தெழும் அலையில்
அசையா மலையில்
இருப்பது எதுவோ
அதுவே இறையென
உணர எழுமொரு வேதம்
அதன் பெயர் ஞானம்.
என்றொரு சிந்தனையை துளிர்க்கச் செய்கின்ற ஹைக்கூதான், இன்றைய ஹைக்கூ.

கோயில் மணியாக ஒலிக்கும் மாஸ்டர்களின் ஹைக்கூவைப் பார்ப்போம்.

Temple bells die out.
The fragrant blossoms remain.
A perfect evening!
                    - Basho.

'கோயில் மணியோசை தேய்ந்து மறைகிறது.
மணம் பூக்கும்.
ஒரு சரியான மாலை!'
                    - பாஷோ

sounds of a temple bell
reverberate in a circle
a long night.

- Shikki

**'ஒரு கோவில் மணியின் ஒலிகள்
ஒரு வட்டத்தில் எதிரொலிக்கவும்
ஒரு நீண்ட இரவு'.**

- ஷிக்கி

The temple bell stops–
but the sound keeps coming
out of the flowers.

- Basho

**'கோவில் மணி நிற்கிறது-
ஆனால் ஒலி தொடர்ந்து வருகிறது
பூக்களுக்கு வெளியே'.**

- பாஷோ

குறிப்பாக, பாஷோவின் ஹைக்கூவின் சிந்தனையை ஒத்திருக்கிறது, கவிஞர் பிருந்தா சாரதி அவர்களின் சிந்தனையும்.

பாஷோ, மாலையில் தேய்ந்து மறையும் கோயில் மணியோசைக்கு முரணாக மாலையில் நிலைத்திருக்கும் மலரின் நறுமணத்தைத் தருகிறார். நம் கவிஞரோ, ஒருபடி மேலே சென்று, என்றும் நிலைத்திருக்கும் ஒன்றை முரணாகத் தருகிறார், அதிலும் ஒரு ஞானத்தூறல், அதன்வழியே ஸென்னும், தாவோவும் புத்தமும், இந்திய நாட்டின் ஞானச்சாறும் தளும்பி வழிகிறது, அதில் இறைத்தன்மை நிறைகிறது. கவிஞர் பிருந்தா சாரதி அவர்களை, தமிழக பாஷோ என்றே சொல்வேன். நீங்களும் அதை ஆமோதிப்பீர்கள். கவிஞர் பிருந்தா சாரதி அவர்களின் ஹைக்கூவைப் படித்தபின் வாருங்கள், ஹைக்கூவின் ஞானச்சாரலில் நனைவோம்.

பிருந்தா சாரதியின் தரிசனம்

**'அலை ஓசையில் கலக்கிறது
மணியோசை
கடற்கரை ஆலயத்தில் பிரார்த்தனை'.**

ஒன்றுமில்லாமல் இயற்கையோடு கரைதலே இறைத்தன்மை.

கிகோ - KIGO

கடற்கரை என்ற சொல்தான் இந்த ஹைக்கூவிற்கான கிகோ.

வசந்த காலம்: பிப்ரவரி, மார்ச், ஏப்ரல்.
தட்பவெப்ப நிலை: நீண்ட பகல், அமைதி, தெளிவு, குளிர்ச்சி.
வானியல் நிலை: பலமான காற்று, கிழக்குக் காற்று, இனிய தென்றல், வாசம்நிறைந்த காற்று.
புவியியல் நிலை: கடற்கரை, கடலின் நீரோட்டம், நீரின் சத்தம்.
அவதானிப்புகள்: பொம்மைத் திருவிழா.
வாழ்வியல் நிலை: காற்றாடி, நெல் விதைத்தல், ஊஞ்சல், பலூன், கிளிஞ்சல் சேகரித்தல். கடற்கரை மணலில் கால் சுவடுகள்.
உயிரினங்கள்: கடல் பாசி.

இடமும் காலமும்

கடற்கரையோரம் வழிபாடு நெய்தல் என நிலத்தை வகைப்படுத்துகிறது ஹைக்கூ. காற்றில் பயணிக்கிறது மணியோசை என்ற மறைபொருளின்மூலம் காற்றடி காலம் என்பதும் land breeze, sea breeze என்ற வகைமையில், land breeze எனவும் வகைப்படுத்துகிறது. நிலத்திலிருந்து கடல்நோக்கி வீசும் காற்றே, மணியோசையை அலையில் கொண்டுசேர்க்கிறது. Land breeze அதிகாலையிலும், பின்னிரவிலுமே இருக்கும். ஆலய மணியோசை என்பதால், அதிகாலை எனப் பொழுதையும் சொல்கிறது ஹைக்கூ.

முதல் வரி

'அலை ஓசையில் கலக்கிறது
மணியோசை'
-இந்த வரியில் எவ்வளவு செய்திகள்.

முதலில் கடற்கரையிலோ, ஆலயத்திலோ அமைதியாக அமர்ந்திருக்கிறார் கவிஞர் என்பதை ஹைக்கூ மறைபொருளாய்க் கூறுகிறது. இதில் என்ன இருக்கிறது எனத் தோன்றலாம்.

அமைதியாக இருத்தலே இறைத்தன்மையைத் தரும். மணியோசை கலக்கிறது என்பது, மணியோசை மெல்ல காற்றின்வழியே பயணித்து மறைந்துவிடுகிறது என்பது நிலையாமையைச் சொல்கிறது. நிலையாமைக்கு முரணாக (juxtapose)

பிரபஞ்சம் இருக்கும்வரை, நிலையாக இருக்கும் அலை ஓசையை சொல்லியிருப்பதுதான் உச்சம். ரசனை மட்டுமல்ல புத்திசாலித்தனம், பெரும் திறமை, என்பதை வாசகர் உணரும்போது ஏற்படும் மகிழ்ச்சி எல்லையற்றது. மணியோசை தேய்ந்து அமைதியாகவில்லை. மாறாக, அலையோசையோடு கலந்துவிடுகிறது. பிரபஞ்சத்தில் உருக்கொண்ட எதுவும் முற்றிலும் அழிவதில்லை, நிலையாமை என்பது அந்த உருவிலிருந்து வேறொரு உருக்கொண்டு விடுகிறது என்பதை மிக அற்புதமாகச் சொல்கிறது ஹைக்கூ.

இரண்டாவது வரி

'கடற்கரை ஆலயத்தில்'

முதல் வரிக்கு அடுத்து வரும் கடற்கரை என்ற சொல், காற்று நிலத்திலிருந்து கடலை நோக்கி வீசுவதைச் சொல்கிறது. கூடவே, கடற்கரை ஆலயம் என்ற வரியில் 'ஆலயம்' என்ற சொல்லின்மூலம் மணி என்பதின் முக்கியத்துவமும், பண்பாட்டு அசைவும் அழுத்தமாகச் சொல்லப்படுகிறது.

மூன்றாவது வரி

பிரார்த்தனை என்ற மூன்றாவது வரிதான் இறைத்தன்மையை சொல்லாமல் சொல்கிறது. கருவறையில் தேடி எதைச் சமர்ப்பித்தாலும் அது இயற்கையைச் சரணடையும். இப்போது மீண்டும் ஒருமுறை ஹைக்கூவைப் படியுங்கள்.

'அலை ஓசையில் கலக்கிறது
மணியோசை
கடற்கரை ஆலயத்தில் பிரார்த்தனை'.

மாஸ்டர்களின் ஹைக்கூவின் தன்மையையும், தரத்தையும் ஒத்திருந்தது கவிஞர் பிருந்தா சாரதி அவர்களின் ஹைக்கூ எனத் தொடர்ந்து சொல்லிக்கொண்டிருப்பதால், இன்று சற்று ஒப்பீடு செய்து, எப்படி தரத்தில் மேன்மையாக இருக்கிறது என்பதை வாசகர்களின் பார்வைக்கு வைப்பதன்மூலம், தமிழகத்திற்குக் கிடைத்த சிறந்த ஹைக்கூ கவிஞரை கொண்டாடுகின்ற மகிழ்ச்சியை தங்களுடன் பகிர்ந்துகொள்கிறேன்.

Temple bells die out.
The fragrant blossoms remain.
A perfect evening!

- Basho

**‘கோயில் மணியோசை தேய்ந்து மறைகிறது.
மணம் பூக்கும்.
ஒரு சரியான மாலை!’**

- பாஷோ

ஆலய மணி ஒலித்து, தேய்ந்து மறைந்துவிடுகிறது என்கிறார் பாஷோ. நம் கவிஞரோ, மறையாமல் அலை ஓசையில் கலக்கிறது என்கிறார். ஒன்றிலிருந்து இன்னொன்றாக மாறும் இயற்கையின் சுழற்சியைச் சொல்கிறார். மாலையில் கேட்கும் மணியோசை மறைந்துவிடும் என்பது நிலையாமை. அதற்கு முரணாக மாலை முழுதும் நிலைத்திருக்கும் போகின்ற நறுமணத்தைக் கூறுகிறார், மாஸ்டர் பாஷோ.

Juxtapose between two dissimilar objects என்பதே மிகச் சிறந்த ரசனைக்குரியது. கவிஞர் பிருந்தா சாரதி அவர்களும் Juxtapose between two dissimilar objects கையாண்டுள்ளார். மாஸ்டர் பாஷோ சொல்லும் மலரின் நறுமணம் என்பது, அந்த நொடியில் நிலைத்திருப்பது ஆனால் அதுவும் மறைந்துவிடும். அலை ஓசை என்பது, இந்தப் பிரபஞ்சம் இருக்கும் வரை இருக்கும். இந்த ஒப்பீடு கட்டமைப்பு, முரண் ஆகியவற்றை ரசிக்க உதவும். அதே நேரத்தில் ஹைக்கூ சொல்லும் சாரம் என்ன?

ஹைக்கூவின் ஞானச்சாரல்

இயற்கையே இறை, வேறு எதை இறையென நினைத்து எதைச் செய்தாலும் அது இயற்கையைச் சரணடையும் (Total surrender). மணியோசை இறைத்தேடலின் முதற்படி, அலையோசை இறைத்தன்மையின் உச்சநிலை. இறை வழிபாட்டில் படிநிலைகள் உண்டு. உச்சநிலையில் நாத்திகனின் கருத்தும், உச்சம் அடைந்த ஆத்திகனின் கருத்தும் ஒன்றே. கேட்டல், பாடுதல், நினைத்தல், திருவடி தொழல், பூஜித்தல், வணங்குதல், தொண்டு, சிநேகம், ஒப்படைத்தல் என ஒன்பது வகை வழிபாடாகச் சொல்லப்படுகிறது.

ஒப்படைத்தல் என்பதுதான் உச்ச நிலை, அங்கு உருவ வழிபாடோ, வேறு வேறுபாடோ கிடையாது. அதைத்தான் ஹைக்கூ அருமையாகச் சொல்கிறது, அலை ஓசையில் கலக்கிறது என. இறைத்தன்மை நிறைந்தது பிரபஞ்சமே. அலையோசையில்தான் கலக்க வேண்டும் மணியோசை. இறை என்பது இயற்கையே. என்பதை இதைவிட எளிதாக, சுவைபட அழுத்தமாகச் சொல்லிவிட முடியுமா என்ன? காற்று வெளியிடையில் இருப்பதை கருவறையில் தேடலாமோ. ஓசைகளில் இல்லை மதமும், வேறுபாடும். கடல், காற்று, ஓசை, கலத்தல் என மிக நுட்பமான வாழ்வையும் விளக்குகிறது ஹைக்கூ.

ஞானத்துளி, காலம், இடம், காற்று எனப் பல்வேறு கூறுகளையும், அதிகாலையில் வழிபடும் பண்பாட்டினையும் சொல்கிறது. *Sex to superconcious* என்ற ஓஷோவின் கருத்தை எவ்வளவு எளிமையாக உரைக்கிறது ஹைக்கூ. *Superconcious* என்பதுதான் அலை ஓசையோடு கலத்தல். இப்போது மீண்டும் ஹைக்கூவைப் படித்தால் கட்டமைப்பும் ஞானச்சாரலும் ஒன்றுசேர ஹைக்கூவின் மேன்மையைச் சுவைக்கலாம்.

'அலை ஓசையில் கலக்கிறது
மணியோசை
கடற்கரை ஆலயத்தில் பிரார்த்தனை'.

நடை (style)

இலக்கியம் என்பதே ஒரு இறைத்தன்மை நிறைந்தது, அதில் இயங்குபவர்கள் தியானிப்பவர்களாய், இயற்கையை அவதானிப்பவர்களாக இருந்தால். மணியோசை என்பது நிலையாமை. அது மெல்லக் கரைந்துவிடும். அலை ஓசை நிலையானது. நிலையாமையிலிருந்து நிலைக்கும்தன்மைக்கு அழைத்துச் செல்வதே பிரார்த்தனை. பிரார்த்தனை என்பதின் உண்மையான பொருளை ஹைக்கூ சொல்கிறது. பார்ப்போம். எதையாவது கேட்டு இறைஞ்சுதல், கிடைத்தவுடன் எதையாவது கொடுப்பது (உணவு, பணம்) அல்லது செய்வது (காவடி, நடைப்பயணம்) பிரார்த்தனை எனப் பரவலாக ஒரு புரிதல் உள்ளது. உண்மையில், பிரார்த்தனை என்பது விழிப்புணர்வு அடைதல். ஒப்புக்கொடுத்தல், பிரபஞ்சமே யாவும் என்று உணர்தல் என்பதை மிகத் தெளிவாகச் சொல்கிறது ஹைக்கூ.

அறிவியல்... புவியியல்...

மணியோசை அலையோசையில் கலக்கிறது. எனில், ஆலயம் கடற்கரையோரம் அமைந்துள்ளது என்பதைச் சொல்கிறது ஹைக்கூ. காலங்கடந்து வாசிக்கும் ஒருவருக்கு, கடற்கரை மணலில் கட்டடம் எழுப்பும் கலையறிந்தவன் தமிழன் என்பதும், கடல்சார்ந்த வணிகம், கடலைப் பற்றிய அறிவு *(Oceanology)* கொண்டவன் தமிழன் என்பதையும் சொல்கிறது. கடல் உணவை உட்கொள்ளும் பழக்கம், உப்புசார்ந்த பண்பாட்டு அசைவுகள் என, ஏராளமான செய்திகளைக் கொண்டுள்ளது ஹைக்கூ.

கூடவே, எழுதப்பட்ட ஆண்டு *2020* என்பது சுனாமிக்குப் பின்னான ஆண்டு என்பதால், கட்டடத்தின் அஸ்திவாரம் நீரலையின் வேகத்தையும் கணக்கிட்டுள்ளதும் தெரிய வருகிறது. புவியியல் அமைப்பின்படி சுனாமி இந்தோனேஷியாவிற்கு இந்தப் பக்கம் வராது. எனினும் வந்திருக்கிறது என்றால் *trenches* பற்றிய ஆய்வுகளை மேற்கொள்ளவும் இவ்வகை இலக்கியக் கூறுகள் உதவும்.

ஆலயம் என்ற சொல்லின் மூலம் கூம்பு வடிவ முகப்பு கண்முன் விரிய, அது *Christian Architecture* என உணரவும் வாய்ப்புக் கொடுக்கிறது. அதன் அடிப்படையில், மக்களின் கலாச்சாரம், பழக்கவழக்கம் என எண்ணற்ற செய்திகளைக் கடத்தும் ஹைக்கூவை மீண்டும் படிப்போம்.

'அலை ஓசையில் கலக்கிறது
மணியோசை
கடற்கரை ஆலயத்தில் பிரார்த்தனை'.

பழமையும் புதுமையும்

1686-1691 காலக்கட்டத்தில், பாஷோவால் எழுதப்பட்ட ஒரு ஜப்பானிய ஹைக்கூவின் தரத்திற்கு பொருண்மையும், காட்சி சிறப்புடனும் *2020*இல் தமிழகத்தில் ஒரு கவிஞரால் எழுதப்படுகிறது, இன்னும் சற்றுத் தூக்கலான ஞானத்தேடலுடன் எனில் அது எத்தனை பெருமை.

ஓஷோ சொல்வார்.: ஞானத்தின் விதை இந்தியா, அது வளர்வதற்கான இடம் இங்கிலாந்து, ஆனால் ஜப்பானில்தான் அது மலர்வதற்கான சூழல் இருந்தது. காலச்சுழற்சியில் இந்தியாவில் ஞானமலர் மலரும் காலம் வருமென்று. இந்த ஹைக்கூ அதைதான் நமக்கு உணர்த்துகிறது. ஞானமலரை மீண்டும் நுகர்வோம்.

'அலை ஓசையில் கலக்கிறது
மணியோசை
கடற்கரை ஆலயத்தில் பிரார்த்தனை'.

14

கூட்டிக் கழித்து வாழ் பூஜ்ஜியம் என்று புரிந்துகொண்டு போ

தியானிப்பவர்களுக்கே ஹைக்கூ கைகூடும். ஞானமென்பது என்ன, யாவற்றையும் துறத்தலா? அல்லது யாவற்றையும் கொள்வதா? அல்லது இரண்டுமா? இரண்டுமே இல்லையா? ஏராளமான கேள்விகள் எழும். ஏதுமற்றதே ஞானம். அத்தகைய ஞானமே ஹைக்கூ எழுதும். பேரமைதியில் உறைந்திருக்கும் ஆன்மாவுக்கே ஹைக்கூ கைகூடுகிறது.

17 அசைகளும், முரணும், மூன்று வரிகளுமாய் எழுதப்படும் யாவும் ஹைக்கூ அல்ல. மாறாக, ஹைக்கூ போன்றதொரு கவிதை அது. அதில் மனம் தெரியும். ஹைக்கூ என்பது மனதிலிருந்து எழுதுவதல்ல, மனமற்ற நிலையிலிருந்து எழுதுவது. No one except a meditator can write a haiku -Osho. ஏன், ஹைக்கூவிற்கு மட்டும் தியானம் வேண்டும்? ஹைக்கூ 'ஸென்புத்த' தன்மையைக் கொண்டது. நேர்மறை, எதிர்மறை என இருவேறு தன்மையோடு ஞானத்தை அணுகுகிறார்கள். புத்தர் எதிர்மறைவழியே அணுகும்போது ஏதுமற்றது என்கிறார் அதை 'சூன்யம்' என்கிறார். ஸென் நேர்மறைவழியே அணுகி, ஞானமென்பது 'அனைத்தும்' என்கிறார். instead of Sunyam, Zen is telling 'absolute'. எனில், ஞானம் என்பது ஏதுமற்றதும், எல்லாமும். இதை முழுமையாக உணர்ந்தவர்களே ஹைக்கூ எழுதமுடியும் என்கிறார் ஓஷோ.

ஏதுமற்றதும், எல்லாமுமாக... இருப்பாகவும், இல்லாமையாகவும். இப்படி இருவேறு அதீத எல்லையின் முனையில் இருக்கும் இரண்டும் ஒன்றே. ஒன்றுமில்லாததில் இருந்தே எல்லாமும் தொடர்கிறது. எல்லாமும் ஒன்றுமில்லாததே.

155

இத்தகைய முரண் கொண்டதே ஹைக்கூவும். ஏதுமில்லையா? எல்லாமுமா? என்பதைச் சொல்லும் ஹைக்கூவைத்தான் பார்க்கப் போகிறோம்.

ரெய்டோ - Reido (absolute Zero), சபி (sabi)தன்மை மற்றும் மூ (MU) - emptiness, nothingness.

ரெய்டோ என்றால் முழுமையான பூஜ்ஜியம், சுழி. அதென்ன முழுமையான பூஜ்ஜியம். பூஜ்ஜியம் என்பதில் பாதி அல்லது அரை என்றுள்ளதா? அப்படியிருந்தால் அது, பூஜ்ஜியமே இல்லை. பூஜ்ஜியம் என்றால் ஏதுமற்றது. (emptiness) ஏதுமற்றதை எப்படி உணர்வது, அதற்கு ஏதுமற்றதாக வேண்டும். அதைத்தான் மாஸ்டர் Learn about pine from pines and bamboo from bamboos என்கிறார். இதன்மூலம் அகநிலையை (Subjectivity) அழி என்கிறார், மாஸ்டர்.

ஜுவாங்ஸி கூறுகிறார்: 'வெறுமையின்மூலம் மட்டுமே ஒருவர் வெறுமையை சேகரிக்க முடியும்'. 'வெறுமை' என்பது மனதின் உண்ணாவிரதம். அகநிலையோடு இருக்கும்போது கற்றுக்கொள்ள வேண்டும் என்று நினைத்தாலும் கற்றுக்கொள்ள முடியாது.

கற்றல் என்பது, ஒரு பொருளின்/காட்சியின் உள்ளே சென்று அதுவாக மாறுதல் ஆகும். அப்போது உணரும்நிலையின் வெளிப்பாடே ஹைக்கூ. அகநிலையோடு ஒரு காட்சியின் உள்ளே நுழைந்து, அக்காட்சியாகவே மாறிவிட முடியாது. அப்போது எழுதுவதில் புறநிலை இருந்தாலும், உணர்ந்தவற்றின் பேரானந்தம் அதில் வழிந்தோடாது. மாறாக, அகநிலை என்றும் பொருள்/ காட்சியென்றும் இரு பொருளைக் கொண்டிருக்கும். அங்கு ஏதுமற்ற பூஜ்ஜியம் இருக்காது, எனில், அது ஜ்வலிக்கவும் முடியாது. நம்மின் ஏதுமற்றதை (emptiness) உணரும்போதுதான், நம் இருப்பின் வல்லமையையும் உணரமுடியும். ஏதுமற்ற நிலையை அடைய அமைதியும், பாதுகாப்பும் வேண்டும். Bashô declares that zôka is the single most important principle that runs through all arts.

Zoka: படைப்பின் தொடர்ச்சி (படைப்பு) மற்றும் மாற்றம். இதுவே நவீன ஹைக்கூவின் (ஹொக்கு) ஆத்மாவாக இருக்கும். படைப்பாற்றல் தன்னைத்தானே படைத்துக் கொண்டும், வளர்ச்சியடைந்தும் மாறிக்கொண்டே இருக்கும் தன்மையே இருப்பு (Existence). அத்தன்மையே 'Zoka'. கவிஞரின் உண்மையான அறிவொளி, கையில் இருக்கும் ஸோகாவை ஹைக்கூவாக மொழிபெயர்ப்பதே ஆகும், அதுவே அவரின் திறமையாகும்.

கவிஞர், தனது கண்களுக்குமுன்பாக என்ன நடக்கிறது என்பதை உணர்ந்து, அதை ஒரு ஹைக்கூவில் வைக்கும் பயணத்தைத் தொடங்குகிறார்.

source : Basho-and-the-Dao - Peipei-Qiu

அகநிலையற்ற வட்டமே ஸென். ஸென் தன்மை என்பதை என்சோ (Enso) எனும் வரைதல்மூலம் உணர்த்துகிறார்கள். Enso என்றால் வட்டம். தூரிகையிலிருந்து கையெடுக்காமல், ஒரே முறையில் வட்டமாக வரைய வேண்டும். சரியான வட்டமாக வந்தாலும், வராவிட்டாலும் அதைச் சரிசெய்ய முடியாது. *That is beauty of imperfection*. அதைத்தான் சபிதன்மை என்கிறது, ஜப்பானிய ஹைக்கூ.

என்சோ ஒன்றுமில்லாமல் இருப்பதின் பேரானந்த நிலையைச் சொல்கிறது. மனமற்ற நிலையில் வரும் ஹைக்கூ காலங்கடந்தும் நிற்கும். பூஜ்ஜியமாய் வாழும் நறுமணத்தைப் பரப்பும் மாஸ்டர்களின் ஹைக்கூவைப் பார்ப்போம்.

    Bleached bones
    on my mind, the wind pierces
    my body to the heart
                   - Basho

    'வெளுத்த எலும்புகள்
    என் மனதில், காற்று துளைக்கிறது
    என் உடலில் இருந்து இதயத்தை'.
                   - பாஷோ

    "Sitting quietly, Doing nothing,
    Spring comes,
    and the grass grows, by itself"
                   - Basho

    'அமைதியாக உட்கார்ந்து, எதுவும் செய்யவில்லை -
    மற்றும் புல்
    தானாகவே வளர்கிறது'.
                   - பாஷோ

புல் தானாகவே வளர்கிறது, ஏதும் செய்யாமல்... ஏதுமற்று இருப்பதே வளர்ச்சியாக. உலகே பார்த்து வியக்கும் மனிதர் ஓஷோ. பாஷோவின் இந்த ஹைக்கூவை வைத்து 'புல் தானாகவே வளர்கிறது' என்று, ஒரு புத்தகமே எழுதியிருக்கிறார்.

அப்படியொரு தனிப் புத்தகமே போடக்கூடிய அளவிற்கு தமிழில் ஒரு ஹைக்கூ என்பது பெருமைக்குரிய மகிழ்ச்சி. அத்தகைய ஸோகாவை, ஹைக்கூ ஆக்கிவிடும் ஆற்றல்மிக்கவர்தான் கவிஞர் பிருந்தா சாரதி அவர்கள். வாழ்வியலை மிக எளியமுறையில், ஒழுங்கின்மையின் அழகை ரெய்டோ எனக் கூறும் ஹைக்கூவைத்தான் இன்று பார்க்கப் போகிறோம்.

பிருந்தா சாரதியின் தரிசனம்

'கூட்டிக் கழித்து வாழ்
பூஜ்ஜியம் என்று
புரிந்துகொண்டு போ'.

கிகோ - KIGO

எக்காலத்திற்கும் பொருந்தும்.

ஏதுமற்றது என்பதே ஞானம்

கூட்டிக் கழித்து என்ற சொற்றொடரின்மூலம் 'எல்லாமும்', 'ஏதுமற்றதும்'தான் வாழ்க்கை, அதை வாழ். எதைக் கூட்டவேண்டும், எதைக் கழிக்கவேண்டும். கூட்டப்படுவதெல்லாம் ஒருநாள் கழிக்கப்படும். கழிக்கப்படுவதெல்லாம் ஒருநாள் கூட்டப்படும். அதுவே வாழ்வின் சமன்நிலை. சமன்நிலையே பூஜ்ஜியம் எனப் புரிந்துகொண்டு போ என்கிறார், கவிஞர்.

ஒன்றுமில்லாததில் இருந்துதான் அனைத்தும் வருகிறது *(Everything comes out of Nothingness)*. ஒன்றுமில்லை என்பதுகுறித்துப் பேச ஓராயிரம் இருக்கிறது. ஏதுமற்ற நிலையின் நறுமணத்தை நுகரும்போதுதான் மனிதன் முழுமையை எட்டமுடியும். புத்தரும், ஓஷோவும், கபீரும், ஸென்னும் இன்னும் பலப்பல தத்துவவாதிகளும் ஏதுமற்றதை அல்லது வெற்றிடத்தைப் பற்றி பேசுகின்றனர். *Emptiness is Beautiful.* உண்மையில், ஒருவர் ஒன்றும் இல்லாமல் இருக்கவேண்டும். தம்ம பதமும், சரிபுத்திராவும் இதைத்தான் சொல்கின்றன.

வெறுமையாக, ஏதுமற்றதாக, வெற்றிடமாக உணர்வது பேரானந்தம். ஆழ்நிலைக்கு இதயத்தைத் திறப்பது. ஆயிரம் இதழ்கொண்ட தாமரையின் மலர்ச்சி. வெறுமை என்பது உண்மையில் வெறுமையில்லை, நிரம்பிய ஒன்று. ஒரு பனித்துளி கடலில் கரையும் ஏதுமற்றதாகிவிடுகிறது, எல்லாமும் ஆகிவிடுகிறது. ஏதுமற்றது என்பது ஆரம்பம், முடிவும் இல்லாதது அல்லது ஆரம்பமும் முடிவும், இருப்பும்-இல்லாமையும், ஆணும்-பெண்ணும், இருளும்-ஒளியும், சரியும்-தவறும், பகலும்-இருளும் சந்தித்துக்கொள்ளும் ஒரு புள்ளி. அங்கு ஒன்றில் இன்னொன்று கரைந்துவிடும். இப்படி பூஜ்ஜியத்தைப் பற்றி பேசிக்கொண்டே இருக்கலாம். கேட்பதற்கும், புரிந்துகொள்வதற்கும் ஆள் கிடைத்தால் அத்தனை சுவாரசியமானது, ஏதுமற்றதாக இருப்பது.

ஏதுமற்ற நிலை என்பது கோட்பாடோ, தத்துவமோ இல்லை. மாறாக, அது அமைதியும், பாதுகாப்பும் தரும் தூய்மையின் நிலை. அமைதியும், பாதுகாப்பும் கிடைக்க முழுமையான பூஜ்ஜியம் அதாவது, மனமற்ற நிலையை அடையலாம். தாயின் கருவறையில் கிடைக்கும் அமைதியும், பாதுகாப்பும் ஒரு சிசுவை மனமற்ற நிலையில் வைத்திருப்பதுபோல். ஏதுமற்றவர்தான் முழுமையானவர். இன்னும் தெளிவாகச் சொல்லவேண்டுமெனில், ஏதுமற்றது மட்டுமே முழுமையானது என்கிறார், ஓஷோ. அதைத்தான் இந்த ஹைக்கூவில் சொல்கிறார் கவிஞர்.

கூட்டு என்பதில் *absolute* எல்லாமும் என்பதும், கழித்தல் என்பதில் சூனியம் ஏதுமற்றது என்பதையும் சொல்லி, இரண்டும் ஒன்றுதான்; அதுதான் பூஜ்ஜியம் அதை 'புரிந்துகொண்டு போ' என்கிறார். புரிந்துகொண்டு இரு என்காமல் 'போ' என்பதின்மூலம் என்ன சொல்லவருகிறார்.

வாழ் என்பதின் முரணாக போ என்கிறார். வாழும்போது கூட்டியும் கழித்தும் வாழ்ந்து, ஞானநிலைக்குச் செல்ல, அடுத்த நிலைக்குச் செல்வதையே சொல்கிறார். எல்லாமும், ஏதுமற்றதுமே ஞானநிலை என்பதைப் புரிந்துகொண்டு போ. இறுதி நாட்களுக்குள் அதை அறிந்துகொள் என்பதான ஒரு குரலாகவும் அது கேட்கிறது. புத்தம் சூன்யம் என்கிறது, ஸென் முழுமை என்கிறது. ஸென்புத்தமே இரண்டும் ஒன்று என்கிறது. அதுவே ஞானம். அந்த ஞானவொளியில் மிளிரும் ஹைக்கூதான் இன்றைய ஹைக்கூ. மீண்டும் படிப்போம், ஒளிபெறுவோம்.

'கூட்டிக் கழித்து வாழ்
பூஜ்ஜியம் என்று
புரிந்துகொண்டு போ'.

பூஜ்ஜியம் - என்ஸோ

ஏதுமற்றதைக் குறிப்பிட வட்டத்தைத் தேர்வு செய்த ஸென்தன்மையை தொழுகிறேன். ஆரம்பமும், முடிவும் அற்றது அல்லது இரண்டும் ஒன்றே என்பதை வேறு எந்த வடிவத்தால் எளிதாய் விளக்கிவிட முடியும். வட்டத்தின் உள்ளே ஏதுமில்லை எனில், வட்டத்தின் வெளியே எல்லாமும் இருக்கிறது. வட்டத்தின் உள்ளே எல்லாமும் இருந்தால், வெளியில் ஏதுமில்லை. இரண்டையும் உணர்த்தும் வட்டத்தை என்ஸோ என்று அழைக்கிறார்கள்.

ஒரே முறையில் வரைந்துவிட வேண்டும். அது இணைந்தாலும், இணையாவிட்டாலும், எப்படி வருகிறதோ, அப்படியே விட்டு விடு, மீண்டும் சரிசெய்ய முடியாது. வாழ்வும் அப்படித்தான். ஆனால் அந்த ஒழுங்கின்மையின் அழகுதான் உலகின் பேரழகு.

ஏதுமற்றதாக இருப்பவர்தான், இருண்ட இருட்டில் பார்க்கிறார், ஒலி இல்லாத இடத்தில் கேட்கிறார். இருளின் நடுவே, அவர் மட்டும் விடியலைக் காண்கிறார்; சத்தமில்லாமல், அவர் மட்டுமே ஒத்திசைவைக் கேட்கிறார். ஆகையால், ஆழத்தில் குவிந்திருக்கும் ஞானத்தை அவரால்தான் உணரமுடியும்; ஆன்மீகத்தில் குவிக்கப்பட்ட சாரத்தை அவரால் கண்டுபிடிக்க முடியும்.

பூஜ்ஜியத்திற்கு மதிப்பில்லை என்பது உண்மையா? ஒன்றுக்கு பக்கத்தில் ஒரு பூஜ்ஜியம் இருந்தால் (10) பூஜ்ஜியத்தின் மதிப்பு ஒன்பது ஆகிறது. ஒன்றுக்குப் பக்கத்தில் இரண்டு பூஜ்ஜியம் இருந்தால் (100) பூஜ்ஜியத்தின் மதிப்பு தொன்னூற்றி ஒன்பது ஆகிறது. இப்படி பூஜ்ஜியத்தால் தனக்கான மதிப்பை ஏற்றிக்கொள்வது மட்டுமல்ல, அதிகமான பூஜ்ஜியம், எண்ணின் மதிப்பையும் அதிகப்படுத்திவிடுகிறது.

அப்படித்தான், மனமற்ற மனம் என இருக்கும் ஏதுமற்ற மனிதனின் ஞானம் விலைமதிப்பற்றது.

அந்த ஞானம், தினசரி வாழ்விலேயே கிடைக்கிறது என்பதை உணர்ந்து அதை ஹைக்கூவாக இறக்கிவைக்கும் ஸோகா *(Zoka)* தன்மை இயல்பிலேயே கவிஞருக்கு உள்ளது. தன்னைத்தானே உயர்த்திக்கொள்ள பூஜ்ஜியமாகுதல் எத்தனை உயர்ந்த சிந்தனை.

ஞானிகளும், தத்துவவாதிகளும், கண்டுணர்ந்த உண்மையை வெகுஎளிமையாக, சாமனியனும் ரசித்து, புரிந்துகொள்ளும்வகையில் ஞானச்சுடராய் ஒளிவீசும் ஹைக்கூவின் ஒளியில் மீண்டும் ஒருமுறை நனைந்து ஞானமடைவோம்.

'கூட்டிக் கழித்து வாழ்
பூஜ்ஜியம் என்று
புரிந்துகொண்டு போ'.

15

நெகிழி மாவிலைத் தோரணம் மாந்தோப்பை அழித்துக் கட்டிய வீடுகள்

ஜப்பானிய ஹைக்கூ ஸென்தன்மையையும், இயற்கையையும் பாடுவது, தமிழ் இலக்கியத்தில் ஸென், இயற்கை என்பதையும் கடந்து சமூக சீர்கேடுகளைச் சாடவும், சமூக நிகழ்வுகளை விமர்சிக்கக்கூடியதாகவும் ஹைக்கூ வலம் வருகிறது.

ஹைக்கூவிற்குரிய மகிழ்ச்சி, நகைச்சுவை, துள்ளல் குறையாது, சமூக அவலங்களைப் பாடும் ஹைக்கூ காலங்கடந்தும் நிற்கின்றன. ஹைக்கூவின்மூலம் பருவம், வாழ்வியல், பண்பாடு மற்றும் கலாச்சாரம், அதன் மாற்றங்கள், உயிரினங்கள் எனப் பல்வேறு கூறுகளை ஒரு தலைமுறையில் இருந்து அடுத்த தலைமுறைக்கு கடத்தும் நுட்பம் பாராட்டுக்குரியது. கூடவே, நிகழ்காலத்திலும், சில வாழ்வியல் முறைகளை சரிசெய்து கொள்வதற்கான வழிவகையாக வாழ்வியல் முரணை நகையாடிச் சொல்வதன்மூலம் சமூகத் தொண்டாற்றுகிறது மூன்று வரி ஹைக்கூ.

இயற்கையை ரசிப்பதைவிடவும் மேலான ஒன்று, இயற்கையை நேசிப்பது. நேசிக்கும்போது, இயற்கைக்கு எதிராக நடக்கும் வன்முறைகளைக் கண்டிக்கவேண்டியது ஒரு கவிஞரின் பொறுப்பு ஆகும். அத்தகைய பொறுப்பு, இன்றைய காலக்கட்டத்தில் கவிஞர்களுக்குக் கூடுதலாக இருக்கிறது என்பதும் நிதர்சனம்.

அவசர யுகத்தில், சொடுக்குப் போடும் நேரத்தில் நறுக்கென குத்தீட்டிபோல் கூர்மையான பார்வையுடன் கருத்தை வலுவாகச் சொல்லிவிட பெரிதும் உதவியாக இருக்கிறது ஹைக்கூவின் வடிவம். அத்தகைய கவிதை பரிணாமத்தை, சட்டென கிரகித்து, சமூகத்திற்குப் பயனுறும்வகையில் படைப்பதில் நம் தமிழ்க் கவிஞர்கள்

வல்லவர்கள். இந்த நூற்றாண்டில், பூமிக்கு ஏற்படும் சீரழிவுகளை நறுக்கென சொல்வதன்மூலம் வருங்கால சந்ததியினருக்கு இந்தப் பூமியை, தூய்மையான பூமியாக கையளிக்கவேண்டிய பொறுப்பையும் உணர்த்துகிறது ஹைக்கூ. உணர்வுகளையும், இதயத்திற்கு நெருக்கமான நிகழ்வுகளையும் உணர வைத்துவிடுகிற உன்னதக் கவிதை வடிவம்தான் ஹைக்கூ. அப்படியொரு இயற்கையின் சீரழிவைச் சாடும் ஹைக்கூதான், இன்றைய ஹைக்கூ.

கருமி (Karumi) தன்மை

கருமிதன்மை என்றால், மிகவும் மனத்தளர்வு தரும் செய்தியை இலகுத்தன்மையுடன் நேர்மறையாகச் சொல்வது. *Lightness(telling the depression giving matter in a positive way).* மிகவும் தாக்கமான செய்தியையும், ஒரு இலகுத்தன்மையுடன் சொல்லும்போது எளிதில் புரியவும், சுருக்கென தைக்கவும் செய்வதால், செய்தியின் அடர்வைப் புரிந்து செயல்பட முடியும்.

இலகுத்தன்மை பலநேரங்களில் வெறும் காட்சிப்படுத்துதலாக மட்டும்கூட இருக்கலாம். கருமி எனும் இலகுத்தன்மை, ஹைக்கூவின் உடலை லேசாக ஆக்கும் உயிர்க்காற்று தரும் மாவிலையைப் பாடியிருப்பது அற்புதம். உடலின் தேவையான உயிர்க்காற்றை தருவது மரங்கள்தான். ஆழ்ந்து நுரையீரல் கொள்ளுமளவு உயிர்க்காற்றை உள்ளிழுக்க, உயிர்க்காற்றின் அளவு அதிகரிக்க அதிகரிக்க குண்டலினி விழித்துக்கொள்ளும். உடல் லேசானதாக ஆகிவிடும். *(lightness).*

உடலின் பிரக்ஞையற்றுப் போவதே உடல் லேசாகத் தோன்றுவதற்குக் காரணம். நோயுற்றவன் எலும்பும், தோலுமாக இருந்தாலும் உடலே பாரமாகும். உயிர்க்காற்று குறைய வலியும், நோயும் வலிந்து வர தேகம் பாரமாகும்.

உடலை லேசாக்கும் ஒன்றைப் பற்றியும் அவற்றின் அழிவு எனும் கனமான செய்தியை இலகுத்தன்மை ஹைக்கூவில் வைத்திருப்பது ஒரு பிரமிப்பைத் தருகிறது. 'கண்ணை விற்று சித்திரம்' வாங்கும் அறியாமையைவிடவும் மோசமானது, இயற்கையை அழித்து செயற்கைக்குள் நுழைவது. கண்ணை விற்பதுகூட தனிமனித விருப்பமும், அதன் விளைவுகளை அவன் மட்டுமே சந்திப்பான். இயற்கையை அழித்தால் வாழும் சமூகமும், வருங்கால சந்ததியினரும் இன்னும் உருவாகாது. உயிரை

இசைப்பதும் அசைப்பதும் மரமே. அதிலும் மாமரம் என்பது இனிப்பை ஊட்டி இன்னுயிராக்கிவிடும் தன்மையுடையது.

கருமிதன்மையில் மாஸ்டர்கள் பாடிய சில ஹைக்கூக்களைப் பார்ப்போம்.

In spring breeze
laughter bursting out
cherry blossoms.

- Basho

'வசந்த தென்றலில்
சிரிப்பு வெடிக்கிறது
செர்ரி பூக்கள்'.

- பாஷோ

Many, many
things come to mind
cherry blossoms.

- Basho

'பல பல
விஷயங்கள் நினைவுக்கு வருகின்றன
செர்ரி பூக்கள்'.

- பாஷோ

These flies
sure enjoy having an unexpected sick person.

- Basho

'இந்த ஈக்கள்
நிச்சயமாக எதிர்பாராத நோய்வாய்ப்பட்ட
நபரை அனுபவிக்கவும்'.

- பாஷோ

Year-end cleaning
the carpenter at home
puts up a shelf.

- Basho

'ஆண்டு இறுதி, சுத்தம்
தச்சர் வீட்டில்
ஒரு அலமாரியை வைக்கிறார்'.
— பாஷோ

மாஸ்டர், கருமிதன்மையை அவர் வாழ்ந்த காலத்தில் அவதானித்த காட்சியின்வழியே இறக்கிவைத்துள்ளார். அத்தகையதன்மையை தமிழ் ஹைக்கூவில் காணமுடிகிறதா? என்ற கேள்விக்குச் சான்றுதான் பார்க்கப்போகும் ஹைக்கூ.

பிருந்தா சாரதியின் தரிசனம்

'நெகிழி மாவிலைத் தோரணம்
மாந்தோப்பை அழித்துக் கட்டிய
வீடுகள்'.

கிகோ - KIGO

சட்டென்று, இது நெகிழி காலம் என்று சொல்லிவிடத் தோன்றுகிறது. மாவிலைத் தோரணம், வீடுகள் ஆகிய சொற்களே இந்த ஹைக்கூவிற்குரிய கிகோ ஆகும்.

தமிழகத்தில், மாவிலைத் தோரணம் விழாக் காலங்களில் வீட்டுமுகப்பில் கட்டும் கலாச்சாரம் இருக்கிறது. மா என்பதன்மூலம் மே மாதம் என்றும், மாவிலைத் தோரணம், வீடுகள் என்பதன்மூலம் புதுமனை புகுவிழாவிற்கு கட்டப்படும் தோரணம் என்றும் அவதானித்தால், மே இறுதியிலிருந்து ஜூன் மாதம் (வைகாசி வரை) இவ்விழாக்கள் தமிழ்நாட்டில் நிகழும் கலாச்சாரம் இருப்பதால், இந்த ஹைக்கூவின் காலம் கோடைக்காலம் என அவதானிக்கப்படுகிறது.

கோடைக்காலம்: மே, ஜூன், ஜூலை.
தட்பவெப்ப நிலை: கோடைக்காலத் தொடக்கம், கோடை வெப்பம், கோடை இரவு, கோடை குளிர்ச்சி, ஜூன் இருட்டு.
உயிரினங்கள்: எறும்பு, குருவிகள், வண்ணத்துப்பூச்சிகள்.

மாமரம் நல்லநிலையில் இருந்தால், இவ்வுயிரினங்கள் மரத்தில் இருக்கும்.

அழகிய முரண்

அழித்து என்பதற்கு முரணாக கட்டிய என்பதும், நெகிழி மாவிலைத் தோரணங்கள் மாந்தோப்பு என்பதற்கு முரணாகவும் அமைந்துள்ளது. நெகிழி மாவிலைத் தோரணம் என்றவுடன் ஒரு கொண்டாட்ட மனநிலை உண்டாகிவிட, காட்சிகள் விரிய, என்ன விழா அல்லது பண்டிகை என யோசிக்கும்போதே, மாந்தோப்பு அழித்துக் கட்டிய வீடுகள் என ஒரு மின்வெட்டுத் திருப்பம் என்றால் உண்மையிலேயே, மின்வெட்டுத் திருப்பம்தான் தருகிறார் கவிஞர்.

நவீன கால மனிதர்கள் எவ்வளவோ படித்திருந்தாலும், ஒவ்வொரு வாழ்வியலுக்குப் பின் உள்ள அறிவியலை, சூழலியலை, பண்பாட்டை, கலாச்சாரத்தை, வரலாற்றை, அறிய மறந்த, மறுக்கின்ற முட்டாள்தனத்தை மென்மையாக எள்ளி நகையாடுகிறது, இந்த ஹைக்கூ. அப்படியென்ன அறிவியல், பார்ப்போம். அதற்குமுன் மீண்டும் படிப்போம்.

'நெகிழி மாவிலைத் தோரணம்
மாந்தோப்பை அழித்துக் கட்டிய
வீடுகள்'.

அறிவியல் பார்வை

கிணற்றில் சுத்தம் செய்ய இறங்குவதற்குமுன், மாமரக் கிளையை முதலில் வெட்டி உள்ளே இறக்குவர். இதன்மூலம் கிணற்றுக்குள் இருக்கும் நச்சு வாயுக்களை நீக்கி, சுத்தமான காற்று கிடைக்கும் என்பதே இதற்கான காரணம்.

மாவிலைத் தோரணம் எதற்காகக் கட்டுகிறோம். அரச இலை, ஆல இலை எனப் பல்வேறு இலைகள் இருந்தாலும் ஏன், மாவிலைத் தோரணம் கட்டுகிறோம்? மாவிலைகள் அடர்பச்சை நிறத்தில் இருக்கும், அழுகாது. மாறாக, உலர்ந்து காய்ந்து சருகாகிவிடும். பொதுவாக, மரங்களுக்கு கரியமில வாயுவை உள்ளிழுத்து, உயிர்க்காற்றாகிய ஆக்ஸிஜனை வெளியிடும்தன்மை உண்டு. நமக்கான உயிர்க்காற்றைத் தருவது மரம். மாவிலைக்கே அந்த இயல்பு நிறைந்திருப்பதால், பலர் கூடும் விழா மற்றும் பண்டிகைக் கூட்டங்களில் மாவிலைத் தோரணம் கட்டப்படுகிறது. தவில் போன்ற மங்கள இசை முழக்கமும் வைப்பது தமிழர் மரபு. தவில் மாமரத்தால் செய்யப்படுவது என்பதன்மூலம் தமிழர்களின் வாழ்வியல் அறிவியல் சார்ந்திருந்ததை அறியமுடியும்.

காய்ந்து சருகானாலும், கரியமில வாயுவை உள்ளிழுத்து ஆக்ஸிஜனை வெளியிடும்தன்மை கொண்டது மாவிலை. இதன்மூலம், உடலின் நலம் பேணப்படுவதோடு, மாவிலை ஒரு கிருமி நாசினியும்கூட என்பதால் கிருமித் தொற்றுகளையும் வீட்டின் முகப்பிலேயே துரத்திவிடும். இப்போது ஒரு கேள்வி எழலாம், துக்க நிகழ்வுகளிலும் கூட்டம் கூடுமே என. ஆம்! மாவிலை போன்றே அழுகாது காய்ந்து சருகாகும்தன்மையுடைய வேப்பிலைக்கும் தோரணத்தில் பங்கு உண்டு.

மருந்தாகித் தப்பா மரத்தற்றால் செல்வம்
பெருந்தகை யான்கண் படின்.
(அதிகாரம்: ஒப்புரவறிதல், குறள் எண்: 217)

ஒப்புரவாகிய பெருந்தகைமை உடையவனிடம் செல்வம் சேர்ந்தால், அஃது எல்லா உறுப்புகளும் மருந்தாகிப் பயன்படத் தவறாத மரம் போன்றது. இதற்குப் பெரிதும் பொருந்தக்கூடிய மரம் வேம்பு. வேப்பிலையை இத்தகைய நிகழ்வுகளுக்கும், நோய்கண்ட வீட்டின்முன்பும் வைப்பதன்மூலம் கிருமித்தொற்றுகளை விரட்டுவதோடு, கசப்பான நிகழ்வினைக் குறிக்கவும் (Indicator) வேப்பிலையை பயன்படுத்துகின்றனர்.

இவ்வளவு பெரிய அறிவியலை உணர்ந்த நம் முன்னோர்கள், ஒவ்வொரு வீட்டிலும் மா, வேம்பு, வாழை போன்றவற்றைப் பேணி பாதுகாத்து வந்தனர். அறிவியலை ஏட்டில் மட்டும் படித்துவிட்டு, இயற்கைக்கு முரணாக, எதற்குப் பயன்படுத்துகிறோம் என்ற சிந்தனையற்ற, எதையும் ஒரு அழகிற்காகவே செய்யும் நவீன முட்டாள்தனத்தை இதைவிட எப்படி அழுத்தமாகச் சாடமுடியும். நெகிழி என்ற சொல் எவ்வளவு அடர்வான அறிவியல் பின்னணி உடையது என்பதை அறிவோம். மரங்களை அழித்து, நமக்கான மருத்துவ நலன்களையும் அழித்து, மண்ணையும் நலங்கெடச் செய்வதோடு, மண்ணை முற்றிலும் கொல்லும் ஒன்றுதான் நெகிழி. நெகிழி மட்கிப்போக 1000 ஆண்டுகள் ஆகும். அதுவரை மண்ணின்மீது விழும் மழைநீரை ஊடுருவிச் செல்ல தடை செய்யும். நிலத்தடி நீர் recharge ஆகாமல் போகும். ஒரே ஒரு மாவிலைத் தோரணமா? என்ற கேள்வி எழலாம். 'வீடுகள்' என்ற சொல்லின் அடர்வு மற்றவற்றை விளக்கிவிடும். சாட்டையென சுழலும் ஹைக்கூவை மீண்டும் படிப்போம்.

'நெகிழி மாவிலைத் தோரணம்
மாந்தோப்பை அழித்துக் கட்டிய
வீடுகள்'.

இலக்கியப் பார்வை

நச்சு மாமரமாயினுங் கொலார்
-திருச்சதகம், திருவாசகம், பாடல். 96

என மாணிக்கவாசகர் பாடுகிறார். விஷ மரமெனினும் கொல்லமாட்டார்கள் என்ற வரிகளின்மூலம் மரங்களை எப்படி போற்றிப் பாதுகாத்து வந்துள்ளனர் என்பதும், ஒவ்வொரு மரமும் இப்பூமியில் வாழத் தகுதியுள்ளது, அதன் பயனை நாம் அறியாமல் இருக்கலாம். ஆனால் இந்தப் பூமி, அதை அறிந்துவைத்திருக்கும் என உணர்ந்தவர்கள் நம் முன்னோர்கள். விஷ மரமானாலும்கூட மனிதர்கள் வெட்ட மாட்டார்கள் என்று காளிதாசரும் 'குமார சம்பவ' காவியத்தில் பாடுகிறார் (2-55).

மரங்களை வெட்டாதே என்று, காவிரிப்பூம்பட்டினத்து காரிக்கண்ணனார் பாடிய பாடலும் புறநானூற்றில் (57) வருகிறது.

கடிமரம் தடிதல் ஓம்பு - நின்
நெடுநல் யானைக்குக் கந்து ஆற்றாகவே – என்கிறார் புலவர்.

இப்படி, தமிழர்களின் சங்க இலக்கியம் மரங்களை போற்றிப் பாடியுள்ளன. அகநானூறில் வாகை, புன்னை, கடம்பம் முதலான மரங்கள் காவல் மரங்களாக பதிவு செய்யப்பட்டுள்ளன. வாகை மரம் நன்னனது காவல் மரமாகவும், புன்னை மரம் திதியனின் காவல் மரமாகவும், கடம்ப மரம் கடம்பரின் காவல் மரமாகவும் பதிவு செய்யப்பட்டுள்ளன.

தமிழ் வேந்தர்கள் வெற்றியைக் குறிக்கும் மரமாகக் கடம்ப மரம், புன்னை மரம், கணைய மரம், கடி மரம், வேப்ப மரம், மா மரம், வாகை மரம் என ஏழுவகையான மரங்களைப் போற்றிவந்தனர் என்றும் குறிப்புகள் கூறுகின்றன. இன்னும் சொல்லிக்கொண்டே போகலாம்.

இன்றைய கவிஞர்களுக்கு மரங்களின் அழகை, பயனை போற்றிப் பாடுவதைவிடவும் மரங்களை அழியவிடாமல் காக்கும்பொருட்டு, பாடவேண்டிய பொறுப்பு மிகுந்துள்ளது என்பதை அறிவோம். அத்தகைய பொறுப்பை சரிவரச் செய்திருக்கிறது இன்றைய ஹைக்கூ.

'நெகிழி மாவிலைத் தோரணம்
மாந்தோப்பை அழித்துக் கட்டிய
வீடுகள்'.

வாழ்வியல் மேலாண்மை

சிறுகக் கட்டி பெருக வாழ் என்றால் என்ன?

வீடு சிறியதாக இருக்கவேண்டும், நிறைய மனிதர்கள் (உறவுகள்) வாழவேண்டும். இதன்மூலம் ஒருவருக்கு ஒரு வீடு எனக் கட்டவேண்டிய அவசியமற்றுப் போகும், வீடுகட்டத் தேவைப்படும் நிலப் பயன்பாடும் குறையும். ஒவ்வொரு வீட்டிலும் தனித்தனியாக நிலத்தடி நீரை உறிஞ்சுதல், தனித்தனியாக நெகிழிக் குப்பைகள் உருவாகுதல், மரங்களை அழித்தல் என எல்லையற்ற துன்பத்தை பூமிக்குக் கொடுக்கிறோம். உணவு உற்பத்திக்கான நிலத்தை கட்டடங்கள் ஆக்கிரமிக்கச் செய்கின்ற மடமையினால் உணவு உற்பத்தி குறைதலும் உருவாக, வாழ்வியல் மேலாண்மை என்பது பெரும்பாடாகும் என்பதைத்தான் இன்றைய ஹைக்கூ சொல்கிறது.

'மாந்தோப்பு' எனக் குறிப்பிடப்பட்டிருந்தாலும் எல்லையற்ற விரிவுகளை கண்முன் நிறுத்துகிறது இந்த ஹைக்கூ. காடுகள், நெல் வயல் இன்னும் பிற விளைநிலங்களுக்கு ஏற்படும் அழிவையும் அதன்மூலம் ஏற்படும் சீர்கேட்டையும் சொல்லும் இந்த ஹைக்கூ பாராட்டுக்குரியது. மீண்டும் வாசித்துப் பாருங்கள், தெளிவாகும்.

'நெகிழி மாவிலைத் தோரணம்
மாந்தோப்பை அழித்துக் கட்டிய
வீடுகள்'.

இப்படி, எண்ணற்ற பரிமாணங்கள் விரிந்துகொண்டே இருக்கின்றன. ஒரு மூன்று வரிக்கு இவ்வளவு பெரிய சிலாகிப்பு தேவையா? எனில், அவசியம் தேவை. அலட்சியமாகக் கடந்துவிடும்தன்மையால் பல்வேறு நலன்களை இழந்திருக்கிறோம்.

இப்படி, பல்வேறு தளங்களில் பயணிக்கவைக்கும் ஹைக்கூ மகிழ்ச்சியென்றால், சமூகச் சிந்தனையை தாங்கிநிற்கும் ஹைக்கூ பெருமையல்லவா! இப்போது, மீண்டும் ஒரு எச்சரிக்கை மணியாக ஹைக்கூ ஒலிக்கிறது. அந்த ஒலியைக் கேட்டு விழிப்புணர்வு பெற்று ஒளி பெறுவோம்.

'நெகிழி மாவிலைத் தோரணம்
மாந்தோப்பை அழித்துக் கட்டிய
வீடுகள்'.

16

மண்ணுக்கு மசக்கை
வயிற்றில் நெளிகிறது
மண்புழு

இயற்கையைப் பாடும் ஹைக்கூவின் உன்னதம் அளப்பரியது. சின்னச்சின்ன உயிரினங்களையும் அவதானித்து, அதன் உயர்வுகளை முழுதும் சொல்லாமல் கோடிட்டுக்காட்டி வாசகரை அந்தத் தளத்தில் பயணிக்கவைக்கும் ஆற்றல் பெரிது.

தூரத்தில் இருக்கும் ஒன்றை அல்லது ஒருவரைப் போற்றுகின்றபோது, அருகில் இருப்பதை தவற விட்டுவிடுகிறோம். உயரத்தில் இருப்பது மட்டுமல்ல; பள்ளத்திலும் ஆச்சரியங்கள் ஏராளமாய் இருக்கின்றன என்பதை காணும் கண் கொண்டோரே கலைஞர் ஆகின்றார். வண்ணத்துப்பூச்சிகளைப் பாட ஆயிரமாயிரம் கவிஞர்கள் இருக்கிறார்கள். கரப்பான்பூச்சிகளையும், மண்புழுக்களையும், சிலந்திகளையும், கொசுக்களையும், பன்றிகளையும் பாட யார் இருக்கிறார்கள்?

சங்கத்தமிழ் புலவர்கள் எல்லாவற்றையும் பாடி வைத்திருக்கிறார்கள். அதேபோன்று ஹைக்கூ கவிஞர்களும் பாடியிருக்கிறார்கள். குறிப்பாக, ஹைக்கூ கவிஞர் இசா அவர்கள் சிற்றுயிர்களோடு பேசுவதே ஹைக்கூவாகியுள்ளது. எனில், முன்னோர்கள் இயற்கையோடு இயைந்து வாழ்தலையே தலையாய கடமையாகக் கொண்டிருந்ததின் காரணம், அதன் பின்னிருந்த பயன்பாட்டு அறிவியல் அறிவும், வருங்கால சந்ததியினரின்மீதான நேசமும்தான்.

அழகியலை ரசித்தல் என்பதைவிடவும் மேன்மையானது, இயற்கையை நேசித்தல். இயற்கைமீதான அதீத நேசமே

பிருந்தா சாரதியின் ஹைக்கூக்களை முன் வைத்து /கோ.லீலா 170

அதைப் பாதுகாக்கத் துடிக்கின்ற இதயம். அன்று முதல் இன்று வரை இயற்கையை நேசித்தவர்கள் ஆனந்தமயமாகவே வாழ்ந்திருக்கின்றனர். அவர்களே பல கவி பாடியும் இருக்கிறார்கள். எண்ணற்ற சங்க இலக்கியப் பாடல்களும், ஹைக்கூவும் இயற்கையைப் பாடியிருக்கின்றன. இனியும் பாடும்.

ஷின்டோ (Shinto) தன்மை

ஷின்டோ என்றால் - இயற்கையில் கரைதல், இயற்கையை மதித்தல், இயற்கையை நேசித்துக் கொண்டாடுதல்தான் ஷின்டோதன்மை. விண்ணோடும் மண்ணோடும் உறவாடும் கண்ணோடு, இயற்கையது கவிபாடும் பெரிதென்றும் சிறிதென்றும் ஏதுமில்லை உயிர்களில் கொண்டிருக்கும் உருவில். ஆற்றுகின்ற பணியொன்றே அரியன இவையென்றும் அரியோ இவையென்றும் விழி விரியவைக்கும் இயற்கையின் ரகசியம் பூமிக்கு நன்செய் அதிசயம். கவித்துவக் கண்களுக்கே தென்படும் பொக்கிஷம். மண்ணகழ்தல், மரமேறல், விண்ணளத்தல், மழையாதல், மயிலென தோகைவிரித்தல், மண்புழுவென நெளிதல், சிறுத்தையென சீறல், சிருங்கார புன்னகையுடன் செவ்வந்தியாய் மலர்தல், பறவையாய் சிறகு விரித்தல், பருத்த உடலுடன் காதசைத்தல், புல்லென முளைத்தல், மரக்கிளையென முறிதல், பனித்துளியில் வாழ்தல், பரிதியில் கரைதல், எண்ணற்ற வாழ்வு எண்ணம்போல் வாழ வாய்த்தவன் இயற்கையின் குழந்தையல்லவா...

அவரே கவிஞருமென்றால், பூமிக்கு நலன்தரும் கவிதைகளைப் படைக்காமல் இருப்பார்களா? மொழிவளர்த்தல் மட்டுமில்லை, மொழிக்கும் முன்பான பூமியைப் பாதுகாத்தலும் ஒரு கவிதையின் வேலை அல்லது கடமையாகும். அறிவியல் தமிழ் இன்றைய தேவையெனில், தமிழ்மூலம் அறிவியல் பேசுதல் அதற்கான அடித்தளம் ஆகும். அப்படியொரு வேளாண் அறிவியல் பற்றிய ஹைக்கூதான் இன்றைய ஹைக்கூ. மாஸ்டர்களின் ஹைக்கூவைப் பார்ப்போம்.

'இலையுதிர்கால நிலவொளியில்
ஒரு புழு அமைதியாகக் குடைகிறது
பாதாம் கொட்டைமேல் அமர்ந்து'.

- பாஷோ

'ஒரு கம்பளிப்பூச்சி,
இந்த இலையுதிர்கால வீழ்ச்சியிலும்
இன்னும் ஒரு பட்டாம்பூச்சியாக மாறவில்லை'.
— பாஷோ

'அந்தப் பழைய கிராமத்தில்
ஒரு வீடுகூட....
ஈச்சமரங்கள் இல்லாமல் இல்லை'.
— பாஷோ

சின்னஞ்சிறு உயிரினங்களான புழு, கம்பளிப்பூச்சி, பயிரான ஈச்சமரங்கள் பற்றி பாடுவதன்மூலம் இயற்கையைக் கொண்டாடுவதோடு, சூழலியல் நேசத்தையும் சொல்லியிருக்கிறார்கள், மாஸ்டர்கள்.

பிருந்தா சாரதியின் தரிசனம்

'மண்ணுக்கு மசக்கை
வயிற்றில் நெளிகிறது
மண்புழு'.

கிகோ - KIGO

குளிர்காலம்: நவம்பர், டிசம்பர், ஜனவரி.

பருவகால நிலை:

மழைக்கால முதல் மழை, மழைக்காலத் துவக்கம், மே மாத மழை, ஜூன் மாத மழை.

வானியல் நிலவரம்: தூறல், மங்கிய நிலவொளி, நள்ளிரவு மழை.

வாழ்வியல் நிலை: முள்ளங்கி மற்றும் பூமிக்குக்கீழ் விளையும் கிழங்குகளைப் பிடுங்குதல்.

உயிரினங்கள்: குளிர்காலத்தில் உயிரினங்களின் இயக்கம்.

இரவு பகல் என்று அறியாமல் கூவும் சேவல். இடைவிடாது ஒலிக்கும் பூச்சிகளின் பாட்டு.

தாவரங்கள்: வெளிவரும் புற்கள், மரமொட்டுகள் வெளிவருதல், மழையால் ஒன்றன்மீது ஒன்றாக விழும் இலைகள்.

இந்த ஹைக்கூவிற்கான கிகோ மண்புழு.

மழைக்காலத்திலேயே மண்புழுக்கள் அதிகமாகக் காணப்படும். உயிரினங்களின் இயக்கமும் இருக்கும், காலம் நேரம் தெரியாமல் கூவும் சேவலும், பெட்டையும் மண்ணில் இருந்து உண்ணும் உணவு மண்புழு, மற்ற பூச்சி வகைகளும் ஆகும். ஒன்றன்மீது ஒன்றாக விழும் இலை மண்ணில் கிடக்க, நாளடைவில் மண்புழு உற்பத்திக்கு உதவும்.

மண்ணிற்கு மசக்கையா? என்ற சிறு புன்னகையுடன் மேலும் தொடர்ந்து படிக்க 'வயிற்றில் நெளிகிறது' என்ற வரியைத் தொடர்ந்து வரும் மின்வெட்டுத் திருப்பம்தான் 'மண்புழு'. இந்த ஒற்றைச் சொல்தான் முழு ஹைக்கூவையும் இயற்கைசார்ந்த ஹைக்கூவாக மாற்றிவிடுகிறது.

அற்புதமான சிந்தனை. மண்புழு என்ற ஒற்றைச்சொல் வேளாண்மை, விலங்கியல், தாவரவியல், சுற்றுச்சூழல், நுண்ணுயிரியல் எனப் பல்வேறு துறைக்கும் தொடர்புடையது.

இலக்கியப் பார்வை

உழவுத்தொழில் செய்யும் ஒருவனை தலைவனாகக் கொண்டு எழுந்த இலக்கியமே, 'பள்ளு' எனப் பெயர்பெற்றது. பள்ளுவில் சிறந்தது 'முக்கூடற் பள்ளு'. இந்நூலின் காலம் கி.பி 1680 என்று குறிப்பிடப்பட்டுள்ளது.

"மீது உயர்ந்திடும் தெங்கு இளநீரை
மிடைந்த பூகம் சுமந்து தன் காயை
சூதம் ஒன்றிச் சுமக்கக் கொடுக்கும்
சூதம் தன்கனி தூக்கும் பலாவில்
ஓதும் அந்த பலாக்கனி வாழை
உறுக்கவே சுமந்து ஒண்குலை சாய்க்கும்
மாதுளம் கொம்பு வாழை தாங்கும்
வளமை ஆசூர் வடகரை நாடே" என்பாள் மூத்த பள்ளி.

பூகம் - பாக்கு மரம், மிடைந்த - நெருங்கிய, சூதம் – மாமரம்.

தெங்கின் இளநீரை, நெருங்கி வளர்ந்திருக்கும் கமுகு (பாக்கு) தாங்கும். கமுகு, தன் குலையை அருகில் வளர்ந்திருக்கும்

மாமரங்களைச் சுமக்கச்செய்யும். மாமரங்கள் தன் கனிகளை அருகில் வளர்ந்திருக்கும் பலா மரங்களில் சாரச் செய்யும். பலாக் கனிகளை வாழை மரங்கள் சுமக்கும். வாழைக் குலைகளை மாதுளங் கொம்பு தாங்கும் ஆசூர் வடகரை நாடே என்கிறாள், மூத்த பள்ளி.

இதன்மூலம், இன்று பெருமையாகப் பேசிக்கொள்ளும் கலப்புப் பண்ணை (Mixed farming) மற்றும் பல்லடுக்கு வேளாண்மை (Multi Storey Farming) கி.பி. 16ஆம் நூற்றாண்டிலேயே தமிழர்களுக்குப் பரிச்சயமான ஒன்றாக இருந்திருக்கிறது என அறியப்படுகிறது. இப்படி இயற்கை வேளாண்மையைப் பாடியவர்கள் மண்புழு பற்றிய ஒரு அரிய செய்திக்குறிப்பைத் தருகிறார்கள்.

> ஏரினும் நன்றால் எருவிடுதல் கட்டபின்
> நீரினும் நன்றதன் காப்பு.
> - குறள்.

ஏர் உழுதலைவிட எரு இடுதல் நல்லது, இந்த இரண்டும் சேர்ந்து களை நீக்கியபின், நீர்பாய்ச்சுதலை விட காவல் காத்தல் நல்லது.

அகல உழுவதிலும், ஆழ உழுதல் நன்று எனப் படித்திருக்கிறோமே, இதில் உழுவதைவிட எரு விடு என்கிறாரே, வள்ளுவர். என்ன காரணமாக இருக்கும்! மண்புழு இருக்கும் பூமியில் ஏரோட்ட வேண்டிய அவசியமில்லை என்பதோடு, 'மண்புழுக்கள் மனிதனுக்கு இயற்கை கொடுத்த ஓர் உயிருள்ள கலப்பை' என்கிறது, சங்கப் பாடல்கள். இயற்கை எரு என்பது கழிவுகளே. கழிவுகளில், மண்புழு செழித்து வளரும். அதற்கும் ஏரோட்டுவதற்கும் என்ன தொடர்பு. வாருங்கள், அறிவியல் என்ன சொல்கிறதென்று பார்ப்போம். இதைத்தான் இன்றைய ஹைக்கூவும் சொல்கிறது, மீண்டும் படியுங்கள்.

> 'மண்ணுக்கு மசக்கை
> வயிற்றில் நெளிகிறது
> மண்புழு'

இப்போது சொல்லப்போகும் அறிவியல் பார்வைக்கு இந்த மீள்வாசிப்பு உதவியாக இருக்கும்.

சுற்றுச்சூழல் பார்வை

ஒருபிடி மண்ணில் இலட்சக்கணக்கான பாக்டீரியாக்கள், நுண்ணுயிரிகள், பூஞ்சைகள், பாசி வகைகள், நூற்புழுக்கள் இருக்கின்றன. இரசாயன உரங்களால், அவற்றை அழித்துவிட்டோம், அதன் விளைவுகளை பின் பார்ப்போம்.

ஒரு சதுர அடிக்கு பத்து மண்புழுக்களும், ஒரு ஏக்கருக்கு நான்கு இலட்சம் மண்புழுக்களும் இருந்தால்போதும், நிலத்தை உழவுசெய்ய வேண்டியதில்லை. ஒரு மண்புழு, ஒரு நாளில் பத்து முறை மண்ணில் மேலும் கீழும் நகர்ந்துசெல்கிறது. அது 20 துளைகள் போடுகிறது. ஒரு நாளில், ஒரு ஏக்கரில் 80 லட்சம் துளைகள் போடும்போது 90 நாட்களில் 72 கோடி துளைகள் போடுகிறது. இதனால் நிலத்தை உழுதிடவேண்டிய அவசியம் இல்லை. இப்போது ஹைக்கூவிற்கு வருவோம்.

முதல் வரி, 'மண்ணுக்கு மசக்கை' என்பதில், மசக்கை என்பது பிறப்பளிக்கப் போகும் ஒரு பெண்ணிற்கு, முதல் பன்னிரெண்டு வாரங்களில், உடலில் ஏற்படும் ஹார்மோன் மாற்றங்களுக்குத் தகவமைத்துக் கொள்வதற்குமுன் ஏற்படும் உடல் மாற்றமாகும். எனில், மண்ணை பெண்ணாகப் பார்க்கும் நம் கலாச்சாரமும், மண் விளைச்சலுக்குத் தயாராகும் நிலையையும் கூறுகிறது.

'வயிற்றில் நெளிகிறது
மண்புழு'

என்ற வரிகளின்மூலம் பொதுவாக, ஊர் வழக்கில் 'வயிற்றில் ஏதும் பூச்சி, புழு உண்டா' என்று திருமணமான பெண்ணை, குழந்தை உண்டாகியிருக்கிறாளா என்பதற்கான விசாரணை சொற்றொடராகக் கேட்பது உண்டு. அந்த விசாரணைக்கு பதில் கூறுவதுபோல் அமைந்திருக்கிறது, வயிற்றில் நெளிகிறது மண்புழு என்ற வரி. இதன்மூலம் வட்டார மொழி வழக்கையும் நினைவூட்டுகிறது இந்த ஹைக்கூ. விளைச்சலை நலமாக்க மண்ணிற்குத் தேவை மண்புழு என்று கவனப்படுத்தப்படுகிறது. வயிற்றில் நெளிகிறது என்ற வரிதான், நாம் சொன்னதுபோல் மண்புழு மேலும், கீழுமாக அசைகிறது என்பதை உறுதிசெய்கிறது.

மேலும் வயிற்றில் என்பதன்மூலம் மண்ணின் மேலாக இல்லாமல், மண்ணிற்கு உள்ளாக மண்புழு இருப்பதாகப் பொருள் தருகிறது. அதில் என்ன சிறப்பு என்பதைப் பார்ப்போம்.

முதல் வகை மண்புழுக்கள், மண்ணின் மேற்பரப்பில் இருந்து ஒரு அடி ஆழத்தில் வாழ்பவை. இரண்டாம் வகை மண்புழுக்கள், ஒரு அடி ஆழத்திற்குக் கீழேயும் 3 அடி ஆழம் வரையிலும் வாழக்கூடியவை. மூன்றாம் வகை மண்புழுக்கள், மேற்பரப்பிலிருந்து மூன்று அடிக்கு 10 அடி வரையிலும் வாழ்பவை. இதிலிருந்து, இரண்டாம் அல்லது மூன்றாம் வகை மண்புழுக்களைத்தான் கவிஞர் குறிப்பிட்டிருக்கிறார் எனப் புலப்படுகிறது.

இரண்டாம் வகை மண் புழுக்கள், மண்ணில் உள்ள உயிரினப் பொருட்களை உண்பதோடு விவசாயக் கழிவுகளையும் உட்கொள்கின்றன. மண்ணின் உட்பகுதியில் மேலும்கீழும் நகர்வதால் மண்ணிற்கு நல்ல காற்றோட்ட வசதி ஏற்படுத்தித் தருகின்றன.

மூன்றாம் வகை மண் புழுக்கள், நிலத்திற்குள் நீர்ப்பிடிப்பை அதிகமாக்கும்வகையில் செயல்படுகின்றன. பனித்துளி நீரைக்கூட 3 அடிக்குக்கீழ் கொண்டுசெல்லும்தன்மை படைத்தவை. இப்போது ஹைக்கூவைப் படித்தால் அதில் பொதிந்திருக்கும் அறிவியல் உண்மை புலப்படும்.

'மண்ணுக்கு மசக்கை
வயிற்றில் நெளிகிறது
மண்புழு'.

மண்புழுவினால் மண்ணின் வளம் பெருகும், மண்ணின் மூச்சுவிடும் (respiration of soil) திறன் அதிகரிக்க, seepage of water மற்றும் நுண்ணுயிர்கள் செழித்து இருக்கும். அதனால் என்ன பயன்? நம்மாழ்வார் அய்யா என்ன சொல்கிறார், கேட்போம்.

நுண்ணுயிர், உயிரியியல், நிலவளம், நீர்வளம் - ஒருங்கிணைந்த பார்வை

'செம்புலப் பெயல்நீர்போல' என்ற குறுந்தொகை பாடலும் அதையே சொல்கிறது. 'மண்ணில் விழுந்த மழைநீர் மண்ணின் தன்மை பெறுதல்போல்'. நிலவளமே நீர்வளம் என்பதை உறுதி செய்கிறது.

நம்மாழ்வார் அய்யா சொல்கிறார்: நிலவளம் என்பது மண்ணின் இயற்பியல், உயிரியல், மற்றும் இரசாயனத்தன்மையைப் பொறுத்து

அமையும். மண் பொலபொலவென இருக்க வேண்டும். இது, இயற்பியல்தன்மை. மண்ணில் நுண்ணுயிரிகள், மண்புழு, பூரான், கரப்பான்பூச்சி போன்ற உயிரினங்கள் வாழவேண்டும். இலைதான் வேருக்கு உணவளிக்கிறது. எனில், வேரில் தண்ணீர் மற்றும் எரு இடுவதன் பயன்தான் என்ன?

எரு என்பது விலங்கு மற்றும் தாவரக்கழிவுகளே. அதில் வளரும் நுண்ணுயிர் மற்றும் உயிரினங்கள்தான் மண்ணிலிருந்து வரும் நைட்ரஜன் (உயிர்ச் சத்து), பாஸ்பரஸ்(மணிச் சத்து) மற்றும் பொட்டாஷ் (சாம்பல் சத்து) ஆகியவை இலகுவாக வேர்வழியே தாவரங்களுக்குச் செல்ல, மண்ணை இலகுவாக்கித் தருகிறது. வளிமண்டலத்திலிருந்து இலவசமாக 78% நைட்ரஜன் கிடைக்கும்போது, வெறும் 46% மட்டுமே நைட்ரஜனைக்கொண்ட யூரியா, விவசாயிகளின் மத்தியில் விற்பனைக்குப் பிரபலமானது.

இரசாயன உரம், மண்ணில் உள்ள உயிர்களை அழித்து மண்ணைக் கெட்டிப்படுத்தி விடுவதால், டிராக்டர்கொண்டே உழவேண்டிய சூழல். இதனால் ஏரோட்டி உழும்போது மண்ணிற்குக் கிடைக்கும் மாட்டுச் சாணம் கிடைக்காது. மேலும் இரசாயன உரங்களில் உப்பு அதிகமாக இருப்பதால், 'உப்பைத் தின்றவன் தண்ணீர் குடிப்பான்' என்பதற்கிணங்க, விவசாயத்திற்கு அய்ந்து மடங்கு தண்ணீர் அதிகமாகத் தேவைப்படுவதோடு, தண்ணீரின் தரமும் கேள்விக்குரியதாகிவிடுவதோடு, நிலத்தடி நீரையும் மாசுபடுத்தி விஷத்தன்மை பரவ வழிவகுத்துவிடுகிறது. ஆனால் மண்புழுவும், மற்ற உயிரினங்களும் நிலத்திற்குள் நீர்ப்பிடிப்பு அதிகமாகும்வகையில் செயல்படும், என்கிறார்.

இத்தனை செய்திகளை மூன்று வரிகள்மூலம் கடத்திவிடும், வீரியமிக்க ஹைக்கூவை மீண்டும் படிப்போம்.

'மண்ணுக்கு மசக்கை
வயிற்றில் நெளிகிறது
மண்புழு'.

இந்த ஹைக்கூவின்மூலம் மண்புழு உரம், இயற்கை வேளாண்மை, மண்வளம், உயிரியியல், இன்னும் பல்வேறு தளங்களில் பயணிக்க வைத்து, பாரம்பரிய வேளாண் முறைக்குத் திரும்ப ஒரு நினைவூட்டல் அளிக்கிறார். கவிஞருக்கு ஒரு பசுமை வணக்கம்.

நினைவின் தாழ்வாரத்தில்

சிறுவயதில், நம்மாழ்வார் அய்யாவின் மகள் வீட்டிற்குப் பக்கத்து வீட்டில் நாங்கள் இருந்தோம். அய்யாவின் பேத்தியும், நானும் தோழிகள் என்பதால், அய்யாவை வீட்டில் நேரில் சந்தித்து கதை கேட்ட நினைவுகளும், அந்தக் கதையின் ஊடாக மனதில் பதிந்துபோன இயற்கைசார்ந்த ஆர்வமும், மக்களுக்கான சேவையே மகத்தானது என்பதும், அரசுப் பணியில் பணியாற்ற உதவியது. காடு, தண்ணீர், இயற்கை வேளாண்மை குறித்த விழிப்புணர்வு முகாம்களில் உரையாற்றியிருக்கிறேன்.

ஒற்றை வைக்கோல் புரட்சி என்ற நூலைத் தந்த, உலக அளவில் புகழ்பெற்ற மாசானாபூ புகோகோ அவர்களிடம் நெருங்கிய நட்பில் இருந்த பொறியாளரும், தமிழ்நாடு வேளாண்மைப் பல்கலைக்கழகத்தின் முன்னாள் பேராசிரியருமான மது. இராமகிருஷ்ணன் அய்யா அவர்களின் நூல் வெளியீட்டில் சிறப்பு விருந்தினராக கலந்துகொண்டதும், அய்யாவின் இயற்கை வேளாண் தோட்டத்தில் விவசாயிகளுக்கு விழிப்புணர்வு முகாம் நடத்த சுற்றுச்சூழல் தினத்தன்று சிறப்பு உரையாற்ற அழைக்கப்பட்டிருந்தேன் என்பதும், பெருமைமிகு ஒன்றாக இந்த ஹைக்கூவை படித்தபின் உணர்கிறேன். சுபாஷ் பலேக்கர் அவர்களின் *zero budgeting farming* பற்றிய உரையை, சிறப்பு விருந்தினராகச் சென்று கேட்டதெல்லாம் இன்று நினைவுக்கு வருகிறது.

நம்மாழ்வார் அய்யா, சுபாஷ் பலேக்கர், மது.இராமகிருஷ்ணன், மண்புழு செல்வராஜ் ஆகியோருடன் நேரில் பேசவும், பண்ணைகளை நேரில் காணவும் வாய்த்ததை எண்ணி பெருமைகொள்ளும் அதே நேரத்தில், இக்கால வேளாண் பெருங்குடி மக்களுக்கு சில அற்புத செய்திகளைக் கோடிட்டுக்காட்டும் இயற்கை சார்ந்த ஒரு ஹைக்கூவின்மூலம், நானுணர்ந்த செய்திகளை உரைத்து ஹைக்கூவிற்கும், வேளாண்மை, நீர் சிக்கனத்திற்கும் நியாயம் செய்யும் வாய்ப்பை சரியாகப் பயன்படுத்தியிருப்பதாகவே நினைக்கிறேன். இவ்வாய்ப்பை நல்கிய ஹைக்கூ கவிஞருக்கு என் வாழ்த்தும், நன்றியும்.

நம் முன்னோர்களின் வழியில் நின்று இந்த ஹைக்கூ, வருங்கால சந்ததியினருக்கு விஷமில்லா சோறைக் கொடுக்கவேண்டிய நம்மின் பெருங்கடமையை தலையில் அடித்துச் சொல்கிறது.

'மண்ணுக்கு மசக்கை
வயிற்றில் நெளிகிறது
மண்புழு'.

எத்தனைமுறை வேண்டுமானாலும் படிக்கலாம். அத்தகைய தகுதிவாய்ந்த ஹைக்கூ இது. சமூகத்தின் தேவையைப் பாடவேண்டியது ஒரு கவிஞனின் தலையாய கடமை. அக்கடமையை சரியாகச் செய்திருக்கும் கவிஞருக்கு பாராட்டுகள்.

கவிதைகளை நீங்கள் செய்யுங்கள், கவிதைக்கான உலகத்தை நாங்கள் செய்கிறோம் என்று எப்போதும் பெருமையுடன் என் உரையை அல்லது கட்டுரையை முடிப்பேன். கவிதையை மட்டுமல்ல; அதற்கான உலகத்தைப் படைக்க நாங்களும் இணைகிறோம் என்றுரைக்கும் கவிதைகளோடு, கவிஞர்களோடு மகிழ்வுடன் இந்த உரையை நிறைவு செய்கிறேன்.

2020	படைப்பு பதிப்பகம் வெளியீடுகள்
	1. இடரினும் தளரினும் - விக்ரமாதித்யன்
	2. கன்னத்துப்பூச்சி - மணி சண்முகம்
	3. நிறமி - ஆண்டன் பெனி
	4. யமுனா என்றொரு வனம் - ஆண்டன் பெனி
	5. காலநதி - ஆரூர் தமிழ்நாடன்
	6. என்மனார் புலவர் - கரிகாலன்
	7. தேநீரைக் கைதொழுதல் - மணி சண்முகம்
	8. பெருஞ்சொல்லின் குடல் - மா.காளிதாஸ்
	9. கவிதை அனுபவம் - இந்திரன் | வ.ஐ.ச.ஜெயபாலன்
	10. புத்தனின் கடைசி முத்தம் - லக்ஷ்மி
	11. நீந்தத் தெரியாத அய்யனார் குதிரை - வீ கதிரவன்
	12. நோம் என் நெஞ்சே - கரிகாலன்
	13. உதிர் நிழல் - கி.கவியரசன்
	14. தனிமை நாட்கள் - பிரபுசங்கர் க
	15. சிப்ஸ் உதிர் காலம் - கவிஜி
	16. மணிப்பயல் கவிதைகள் - மணி அமரன்
	17. கார்முகி - கோபி சேகுவேரா
	18. சைகைக் கூத்தன் - முகமது பாட்சா
	19. பொய்மசியின் மிச்சம் - மதுசூதன்
	20. ஆ காட்டு - மு.முபாரக்
	21. முழு இரவின் கடைசித் துளி - ப.தனஞ்ஜெயன்
	22. புத்தன் மீன் வளர்க்க ஆசைப்படுகிறான் - வழிப்போக்கன்
	23. யாயும் ஞாயும் - ஜே.ஜே.அனிட்டா

படைப்பு பதிப்பகம் வெளியீடுகள்

2020

24. THE LIBERATION SONG OF A WOMENS BODY - Dr.NaliniDevi
25. கெணத்து வெயிலு - காதலாரா
26. காலாதீதத்தின் சுழல் - ரத்னா வெங்கட்
27. பெண் பறவைகளின் மரம் - மதுரா (தேன்மொழி ராஜகோபால்)
28. நட்ட கல்லும் பேசுமோ - பிரேமபிரபா
29. நீ துளையிட்ட எனது புல்லாங்குழல் - ஜின்னா அஸ்மி
30. நான் உன்னுடைய துறவி - தி.கலையரசி
31. பழுத்த இலையின் அடுத்த நொடி - குமார் சேகரன்
32. நீளிடைக் கங்குல் - ராஜி வாஞ்சி
33. மைனாவை பேசச்சொல்லிக் கேட்பவர்கள் - ஜின்னா அஸ்மி
    (படைப்பு மின்னிதழ்களில் வந்த கவிதைகளின் தொகுப்பு)
34. 64 கட்டங்களில் தனித்திருக்கும் ராணி - ஷெண்பா
35. பச்சையம் என்பது பச்சை ரத்தம் - பிருந்தா சாரதி
36. ஏவாளின் பற்கள் - காயத்ரி ராஜசேகர்
37. உன் கிளையில் என் கூடு - கனகா பாலன்
38. கீரக்காரம்மா - முத்து விஜயன்
39. அக்கை - அழ ரஜினிகாந்தன்
40. அம்மே - சலீம் கான் (சகா)
41. ஹைக்கூ தூண்டிலில் ஜென் - கோ.லீலா
42. வாவ் சிக்னல் - ராம்பிரசாத்
43. புரவிக் காதலன் - 14 எழுத்தாளர்கள்
44. குடையற்றவனின் மழை - கா.அமீர்ஜான்
45. நெடுநல் இரவு - மௌனன் யாத்ரிகா

	படைப்பு பதிப்பகம் வெளியீடுகள்
2019	1. நம் காலத்துக் கவிதை - விக்ரமாதித்யன் 2. ஆரிகாமி வனம் - முகமது பாட்சா 3. எறும்பு முட்டுது யானை சாயுது - கவிஜி 4. சொல் எனும் வெண்புறா - மதுரா (தேன்மொழி ராஜகோபால்) 5. யாவுமே உன் சாயல் - காயத்ரி ராஜசேகர் 6. நீர்ப்பறவையின் எதிரலைகள் - குமரேசன் கிருஷ்ணன் 7. பொலம்படை கலிமா - ஜோசப் ஜூலியஸ் 8. நீ பிடித்த திமிர் - அகதா 9. இசைதலின் திறவு - ஜானு இந்து 10. மறை நீர் - கோ. லீலா 11. தேநீர் கடைக்காரரின் திரவ ஓவியம் - பிரபு சங்கர். க 12. எரியும் மூங்கில் இசைக்கும் நெருப்பு - நடன. சந்திரமோகன் 13. வேர்த்திரள் - சலீம் கான் (சகா) (பரிசுப்போட்டிக்கு வந்த கவிதைகளின் தொகுப்பு) 14. வான்காவின் சுவர் - ஜின்னா அஸ்மி (படைப்பு மின்னிதழ்களில் வந்த கவிதைகளின் தொகுப்பு) 15. இருளும் ஒளியும் - பிருந்தா சாரதி
2018	1. நீர் வீதி - ஜின்னா அஸ்மி (படைப்பு மின்னிதழ்களில் வந்த கவிதைகளின் தொகுப்பு) 2. பாதங்களால் நிறையும் வீடு - ஜின்னா அஸ்மி (பரிசுப்போட்டிக்கு வந்த கவிதைகளின் தொகுப்பு) 3. உயிர்த்திசை - சலீம் கான் (சகா) (பரிசுப்போட்டிக்கு வந்த கவிதைகளின் தொகுப்பு) 4. வெட்கச் சலனம் - அகராதி 5. சிண்ட்ரெல்லாவின் தூரிகை - குறிஞ்சி நாடன் 6. அசோகவனம் செல்லும் கடைசி ரயில் - அகதா 7. என் தெருவில் வெஸ்ட் மினிஸ்டர் பாலம் - கோ. ஸ்ரீதரன் 8. அஞ்சல மவன் - கட்டாரி 9. கடவுள் மறந்த கடவுச்சொல் - ஜின்னா அஸ்மி 10. கை நழுவும் கண்ணாடிக் குடுவை - கவி விஜய்
2017	1. மௌனம் திறக்கும் கதவு - ஜின்னா அஸ்மி (படைப்பு மின்னிதழ்களில் வந்த கவிதைகளின் தொகுப்பு) 2. நதிக்கரை ஞாபகங்கள் - ஜின்னா அஸ்மி (பரிசுப்போட்டிக்கு வந்த கவிதைகளின் தொகுப்பு) 3. உடையாத நீர்க்குமிழி - ஜின்னா அஸ்மி (பரிசுப்போட்டிக்கு வந்த கவிதைகளின் தொகுப்பு) 4. இந்தப் பூமிக்கு வானம் வேறு - ஆண்டன் பெனி 5. நிலவு சிதறாத வெளி - காடன் (சுஜய் ரகு) 6. இலைக்கு உதிரும் நிலம் - முருகன். சுந்தரபாண்டியன் 7. நிசப்தங்களின் நாட்குறிப்பு - குமரேசன் கிருஷ்ணன் 8. நினைவிலிருந்து எரியும் மெழுகு - ஆனந்தி ராமகிருஷ்ணன்